KINH PHÁP CÚ BẮC TRUYỀN

ĐTK/ĐCTT, N°. 0210

Soạn tập: TÔN GIẢ PHÁP CỨU

Hán dịch:

ĐỜI NGÔ, THIÊN TRÚC SA-MÔN DUY-KỲ-NAN

Việt dịch:

THÍCH ĐỒNG NGỘ - THÍCH NGUYÊN HÙNG

Nhà xuất bản Ananda Viet Foundation

Copyright © 2019 Thích Đồng Ngộ & Thích Nguyên Hùng
All rights reserved.
ISBN: 978-0-359-32549-8

LỜI THƯA

Cùng Pháp lữ xa gần quý mến!

Kinh Pháp cú Nam truyền đã được dịch ra nhiều thứ tiếng trên thế giới[1]. Riêng tiếng Việt, bản dịch sớm nhất là của hai vị cố Hòa thượng Thích Thiện Siêu, (năm 1959, dựa trên bản dịch Hán văn của Pháp sư Liễu Tham) và cố Hòa thượng Thích Minh Châu, (năm 1969, dịch từ nguyên bản Pāli). Cả hai bản dịch này hiện đã được tập hợp và in chung thành bộ Kinh Pháp Cú – Lời Phật dạy, nxb. Hồng Đức ấn hành năm 2014.

Đến nay, Kinh Pháp cú Nam truyền đã có nhiều công trình nghiên cứu và dịch thuật khác. Tiêu biểu có *Thi kệ Pháp cú kinh của* Thích Tịnh Minh; *Kinh Pháp cú của* Phạm Kim

---

[1] Xem mục Phụ bản A, Thư tịch, trang 307, *Kinh Pháp cú – Lời Phật dạy,* của HT. Thích Thiện Siêu và HT. Thích Minh Châu, nxb. Hồng Đức, năm 2014.

Khánh; Kinh Lời Vàng - Thi hóa Dhammapada, của Tỳ-kheo Giới Đức (Minh Đức - Triều Tâm Ảnh); Kinh Pháp Cú, của Tâm Minh Ngô Tăng Giao chuyển dịch thơ... Ngoài ra, còn nhiều tác phẩm thi hóa, thi lược khác, như *Lời vàng vi diệu của Thích Giác Toàn, Thi lược lời kinh Pháp cú của Triều Nguyên, Pháp cú tinh hoa của Vũ Anh Sương...* Có thể nói, Pháp cú Nam truyền đã tạo nguồn cảm hứng vô tận cho giới học Phật, hình thành nên nghệ thuật, thi ca đầy sáng tạo, khiến cho hương hoa chánh pháp ngào ngạt muôn phương!

Trong khi đó, Kinh Pháp cú Bắc truyền, vốn được dịch từ Phạn sang Hán, hiện đang lưu giữ trong Đại tạng kinh Đại chánh tân tu, tập IV, số hiệu 0210, mới chỉ có hai công trình dịch thuật bằng văn xuôi (*Kết một tràng hoa* của Hòa thượng Thích Nhất Hạnh, *Đọc pháp cú Bắc tông* của Hòa thượng Thích Trí Quang) và một bản kệ tụng trong Linh Sơn Pháp bảo Đại tạng kinh.

Nhận thấy, Pháp cú Bắc truyền có 39 phẩm, 759 bài kệ, không những chứa đủ nội dung Pháp cú Nam truyền (gồm 26 phẩm, 423 bài kệ), mà còn nhiều hơn 13 phẩm, 336 bài kệ với nhiều ý nghĩa sâu xa, thí dụ sinh động, chúng tôi mạo muội chuyển dịch tác phẩm này ra tiếng Việt với tựa đề **KINH PHÁP CÚ BẮC TRUYỀN** để Tăng Ni và Phật tử có cơ hội tiếp xúc, đối chiếu kinh điển giữa hai truyền thống, ngõ hầu hái được những đóa hoa sắc hương trong vườn hoa Tuệ giác, làm đẹp cho đời.

Bản dịch này căn cứ trên bản Đại chánh và tham cứu thêm bản *Nam Bắc truyền Pháp cú kinh kệ cú đối chiếu biểu* của Hội xá Thất diệp Phật giáo[2] để phân chia kệ tụng. Chúng tôi cũng cho in nguyên bản ở cuối bản dịch để bạn đọc tiện đối chiếu.

Trong quá trình phiên dịch, chúng tôi nhận được nhiều khích lệ từ chư tôn đức và quý pháp hữu am tường Hán tạng; nơi đây, xin chân thành tri ân chư tôn đức và quý bằng hữu.

Trong vài thập niên đầu công nguyên, khi Phật pháp mới du nhập Trung quốc, do vốn dụng ngữ Phật học chưa nhiều, nên các dịch giả kinh Phật nói chung và dịch giả kinh Pháp cú nói riêng phải vay mượn nhiều khái niệm bản ngữ để diễn tả. Đây là một thử thách không nhỏ đối với chúng tôi, và cũng do đó nên bản dịch không sao tránh khỏi sai sót, vụng về. Kính lạy Thiện tri thức mười phương hỷ xả và chỉ dạy thêm cho.

Am Vô Nguyện
Cuối thu Bính Thân, Phật lịch 2560
Thích Nguyên Hùng

---

[2] Xem ở đây: http://www.bjbci.com/fjj/974.jhtml; và ở đây: http://book.bfnn.org/books3/2075.htm#a239.

MỤC LỤC

	Lời Thưa	i
	Bài Tựa	iv
1	Phẩm 1 Vô Thường	1
2	Phẩm 2 Khuyến Học	6
3	Phẩm 3 Nghe Nhiều	12
4	Phẩm 4 Dốc Lòng Tin	16
5	Phẩm 5 Giữ Giới Cẩn Thận	20
6	Phẩm 6 Quán Niệm	24
7	Phẩm 7 Nhân Từ	27
8	Phẩm 8 Nói Năng	31
9	Phẩm 9 Song Yếu	34
10	Phẩm 10 Phóng Dật	39
11	Phẩm 11 Tâm Ý	44
12	Phẩm 12 Hương Hoa	47
13	Phẩm 13 Ngu Tối	51
14	Phẩm 14 Minh Triết	55
15	Phẩm 15 A La Hán	59
16	Phẩm 16 Một và Nhiều	62
17	Phẩm 17 Làm Ác	66
18	Phẩm 17 Dao Gậy	71
19	Phẩm 19 Già Suy	74
20	Phẩm 20 Yêu Bản Thân	78
21	Phẩm 21 Thế Tục	81

22	Phẩm 22 Đức Phật	85
23	Phẩm 23 An Ninh	90
24	Phẩm 24 An Vui	93
25	Phẩm 25 Tức Giận	96
26	Phẩm 26 Trần Cấu	102
27	Phẩm 27 Phụng Trì	106
28	Phẩm 28 Con Đường Giải Thoát	110
29	Phẩm 29 Quảng Diễn	116
30	Phẩm 30 Địa Ngục	120
31	Phẩm 31 Ví Dụ Con Voi	123
32	Phẩm 32 Ái Dục	127
33	Phẩm 33 Lợi Dưỡng	134
34	Phẩm 34 Sa Môn	139
35	Phẩm 35 Phạm Chí	146
36	Phẩm 36 Niết Bàn	154
37	Phẩm 37 Sinh Tử	163
38	Phẩm 38 Nếp Sống Đạo	167
39	Phẩm 39 Điều Lành	171
40	Nguyên văn kinh chữ Hán	175

KINH PHÁP CÚ BẮC TRUYỀN

BÀI TỰA

Kệ Đàm-bát là nghĩa lý cốt lõi của các kinh. Đàm nghĩa là Pháp; Bát nghĩa là Cú. Pháp cú cũng có mấy bộ khác nhau, có bộ gồm 900 bài kệ, có bộ 700 bài, có bộ 500 bài.

Kệ hay Thi tụng tức là lời kết. Những bài kệ này do Thế Tôn gặp việc tuỳ nghi diễn thuyết chứ không phải nói ra trong một lúc. Mỗi bài kệ đều có mở đầu, kết thúc và nằm rải rác trong kinh. Đức Thế Tôn vì lòng đại từ thương xót chúng sinh mà thị hiện ở đời, khai mở chân lý nhằm giải thoát cho họ. Giáo nghĩa Phật thuyết gói gọn trong mười hai phần giáo và được phân thành nhiều bộ. Như bốn bộ A-hàm là bộ kinh do

Tôn giả A-nan khẩu truyền sau khi Phật nhập diệt. Bất luận bài kinh dài ngắn, phần mở đầu đều có câu *"Tôi nghe như vậy"* nhằm khẳng định đây là nghĩa lý nhiệm mầu từ kim khẩu Phật nói ra lúc Ngài còn tại thế. Về sau, sa-môn của năm bộ phái tự sao chép những bài kệ 4 câu hoặc 6 câu trong các kinh, dựa trên nội dung từng bài kệ đó rồi đặt tên phẩm. So với mười hai phần giáo, nội dung của các bài kệ này quá ngắn gọn, không có tên kinh thỏa đáng, nên gọi chung là Pháp cú.

Lời kinh gọi là Pháp ngôn, Pháp cú được hình thành dựa trên Pháp ngôn này. Gần đây Cát-thị[3] *truyền lại 700 câu kệ nghĩa lý sâu xa, rất tiếc người dịch đã làm lẫn lộn nghĩa lý đôi chút. Phật đã khó gặp, lời Phật lại càng khó được nghe, hơn nữa Ngài thị hiện ở Thiên Trúc, mà ngôn ngữ Thiên Trúc lại không đồng âm với Hán ngữ. Sách của Thiên Trúc được gọi là Phạn thư, ngôn ngữ được gọi là Phạn ngữ, danh vật không đồng nên chuyển dịch cho chính xác là điều không dễ. Xưa chỉ có An Thế Cao, Đô uý Phật Điều chuyển dịch từ Phạn sang Hán là chính xác nhất, từ đó về sau khó ai tiếp bước*[4]. *Dịch giả sau này dù không thể nêu bật được nghĩa lý sâu kín, nhưng vẫn giữ được giá trị và chỉ thú của tác phẩm.*

Duy-kỳ-nan (Vighna) là người đầu tiên chuyển dịch từ Phạn sang Hán. Ngài vốn người Thiên Trúc, đến Vũ Xương vào năm Hoàng Vũ thứ 3 (224 Tây lịch), mang theo bản Pháp cú gồm 500 kệ tụng, mời đồng đạo Trúc Tương Diễm cùng chuyển dịch. Diễm tuy giỏi Phạn văn nhưng lại không rành

---

[3] Cát-thị 葛氏. Chưa khảo cứu được!
[4] Tức là tính đến khoảng 222-253 Tây lịch, giai đoạn Chi Khiêm tận lực phiên dịch kinh điển.

Hán ngữ, thành thử bản dịch của ngài có những chữ để nguyên Phạn ngữ, hoặc dựa trên nghĩa đặt âm, cốt chuyển tải được tính chân thật chứ văn từ thì không mấy bác học. Hồi ấy, Khiêm tôi cho rằng, ngôn từ ngài dịch chưa mấy nhuần nhuyễn, Duy-kỳ-nan nói: "Phật dạy: Nương nghĩa lý đừng quá cầu trau chuốt, chọn pháp chứ đừng chạy theo tính nghiêm mật", những bản kinh truyền lại cho đời cần phải dễ hiểu và không đánh mất nghĩa lý của nó, như vậy gọi là thiện. Hầu hết người dịch đều cho rằng, Lão tử bảo: "Lời đẹp thì không đáng tin, lời đáng tin thì không đẹp"; Khổng tử cũng bảo: "Sách không truyền tải hết lời, lời không chuyển tải hết ý", đủ thấy ý của thánh nhân thâm thuý vô cùng.

Pháp cú bản Phạn hiện nay lưu hành, nghĩa lý thật chính xác với khế kinh, bởi đây là những kệ tụng được khẩu truyền và khẩu dịch. Cổ đức đã từng hiệu đính nhưng không thêm thắt văn từ, những bản dịch khó hiểu thì không lưu truyền nữa, vì thế có rất nhiều bài kệ đã bị bỏ đi. Văn từ Pháp cú mộc mạc nhưng ý chỉ lại thâm sâu, câu chữ ngắn gọn nhưng nghĩa lý nhiệm mầu, cốt chuyện liên quan đến khế kinh, mỗi bài kệ đều có nguyên do, từng câu đều có nghĩa. Người xuất gia ở Thiên Trúc nếu không học Pháp cú là đi sai trình tự tu học. Pháp cú chính là nấc thang cần thiết giúp những người xuất gia tu tập thâm nhập vào pháp tạng sâu xa, khéo khai mở cho kẻ mông muội, biện rõ chánh tà, khuyến hóa người học trở về sống với chính mình, dù học ít nhưng kiến giải mênh mông, có thể nói Pháp cú là nghĩa lý mầu nhiệm, cốt yếu tột bậc.

Lúc kinh mới truyền, có rất nhiều chỗ không hiểu. Gặp Tương Diễm đến, lại học hỏi thêm, mới có bản kệ đây, lại thêm 13 phẩm mới. So những bản khác, số lượng kệ tụng có tăng lên nhiều. Xếp theo phẩm mục, tổng có một bộ gồm 39 phẩm, cả thảy hơn 750 bài kệ.

Với việc làm ấy có bao ích lợi, đều san sẻ ra, ngõ hầu gần xa cùng nhau học hỏi!

Chi Khiêm

Cẩn bút

KINH PHÁP CÚ BẮC TRUYỀN

QUYỂN THƯỢNG

(Gồm 21 phẩm, 357 bài kệ)

Việt dịch: **Thích Đồng Ngộ**

Phẩm 1:

VÔ THƯỜNG[5]

[559a] Phẩm VÔ THƯỜNG gồm 21 bài kệ[6], nói về: tỉnh ngộ dục, mê, loạn; công danh, mạng khó bền, chỉ đạo là chân thật.

001.
Ngủ nghỉ vừa thức dậy
Nên sinh lòng mừng vui
Lắng nghe lời ta dạy
Soạn chép lời Phật-đà.

002.
Các Hành[7] đều vô thường
Toàn là pháp thịnh suy
Sinh ra phải chết đi
Tịch diệt mới an lạc.

---

[5] Phẩm vô thường 無常, không có Pāli tương đương.
[6] Kệ: Nguyên bản ghi là Chương 章.
[7] Hành: pháp hữu vi.

003.
Như thợ gốm giỏi giang
Lấy đất nặn đồ dùng
Sinh mạng ta rốt cuộc
Như đồ vật vỡ tan.

004.
Như dòng sông chảy xiết
Nước cứ mãi trôi xa
Cũng vậy, thân mạng ta
Ra đi nào quay lại.

005.
Như gậy người chăn bò
Lùa chúng ra đồng cỏ
Già chết cũng thế đó
Xua người đến tử vong [8].

006.
Đến trăm ngàn chủng tộc
Bất luận gái hay trai
Ai tích chứa tiền tài
Đều lụi tàn, tan mất.

007.
Sự sống ngày đêm vơi
Tiêu tan cả cuộc đời
Làm mạng ta cạn kiệt
Như nước dần bốc hơi.

008.
Thường hằng rồi cũng đổi
Cao mấy cũng lụi tàn
Có hợp ắt có tan
Có sống phải có chết.

---

[8] Pāli, kệ 135

009.
Muôn loài xâu xé nhau
Khiến tan thân mất mạng
Hạnh phúc hay khổ đau
Đều tuỳ nơi nghiệp cảm.

010.
Già đến, khổ dày vò
Chết đến, thức rời xa
Cửa nhà giam cầm họ
Vì tham, phải luân hồi.

011.
Than ôi! Già đến rồi
Thần thái, sắc kém suy
Mấy khi được như ý
Về già dò dẫm đi.

012.
Dù sống thọ trăm tuổi
Chết đến sẽ lôi đi
Khỏe mạnh được mấy khi
Toàn già nua vây bức.

013.
Một ngày nữa qua mau
Mạng ta dần ngắn lại
Như bầy cá thiếu nước
Hỏi có gì vui đâu?

014.
Già đến sắc lực suy
Bệnh triền miên huỷ hoại
Thân già nua, tiều tụy
Chết là lẽ tự nhiên.[9]

---
[9] Pāli, kệ 148.

015.
Thân này có gì đẹp
Thường tuôn chất bẩn dơ
Bệnh tật luôn vây bức
Họa già, chết chực chờ.

016.
Ai tham lam phóng túng
Càng chuốc lấy não phiền
Chẳng biết đời biến chuyển
Mạng cũng đổi thay theo.

017.
Chẳng con cái cậy nhờ
Chẳng cha, anh chở che
Một khi thần chết ghé
Chẳng người thân nương nhờ. [10]

018.
Ngày đêm thường biếng nhác
Già chẳng hết trăng hoa
Giàu có chẳng ban ra
Không nghe lời Phật dạy
Ai đủ bốn thói ấy
Là tự hủy đời mình.

019.
Dẫu hư không, biển cả
Dù núi thẳm hang sâu
Nhưng không một nơi nào
Thoát chết khi nghiệp đến.

---

[10] Pāli, kệ 288.

020.
Việc này của ta làm
Phải làm cho kết quả
Ai bị nó quấy phá
Giẫm đạp khổ chết, già.

021.
Biết thế, khéo thanh tịnh
Là dứt đường tử sinh
Tỳ-kheo ngán ma binh
Nên vượt ra sống chết.

Phẩm 2
KHUYẾN HỌC[11]

[559b] phẩm khuyến học gồm 29 bài kệ: làm chủ mọi hành vi, bản thân bỏ ngu tối, ắt thấy đạo sáng ngời.

022. Thương thay! Kẻ ham ngủ
Như rận, ốc cuộn mình
Vùi đời trong bất tịnh
Mê muội chấp làm thân.

023.
Nào phải bị chém chặt
Như trẻ đau liệt giường
Sao cứ nằm chán chường
Gây chi bao tai ách?

024.
Nghĩ suy không phóng dật
Học theo hạnh thánh hiền
Nhờ vậy hết não phiền
Thường niệm, tự vắng lặng.

---

[11] Phẩm Khuyến học (tức Giáo học 教學), không có Pāli tương đương.

025.
Chánh kiến, tăng sở học
Soi sáng cho thế nhân
Sống, phước tăng ngàn lần
Chết, không đọa đường ác.

026.
Đừng học nghĩa lý nhỏ
Dễ tin vào pháp tà
Đừng tập thói buông thả
Dễ khiến lòng dục tăng;

027.
Khéo tu, thực hành pháp
Giữ giới, đọc tụng luôn
Đến, đi không phiền muộn
Đời đời thường tịnh an.

028.
Siêng học, nhiếp thủ thân
Cẩn thận ý, nói năng
Là đến nơi vắng lặng
Hết tạo tác, thường an.

029.
Việc không đáng chớ học
Điều đáng làm nên làm
Ghi sâu điều đã học
Các lậu diệt trừ nhanh.

030.
Thấy pháp, thân lợi lạc
Sẽ đến nơi an lành
Biết lợi phải làm nhanh
Mới là người sáng suốt.

031.
Ai khởi tâm thức tỉnh
Học đạo, thật vững bền
Đắm diệt, tự buông mình
Thụt lùi, chẳng lợi ích.

032.
Chọn hướng đi, thẳng tới
Học, tu phải cân bằng
Tỏ thông nghĩa thù thắng
Nhớ ghi và thực hành.

033.
Học đạo trước diệt si [12]
Diệt thường kiến, đoạn kiến [13]
Tịnh sáu căn, sáu trần [14]
Là đạo nhân chánh chân.[15]

034.
Học mà không bạn tốt
Thiện hữu sách tấn mình
Thà thủ chí một mình
Đừng kết thân kẻ dốt.

035.
Giữ giới, siêng học hành
Bè bạn nhiều, ích chi
Thuần thiện, không phiền não
Như voi, một mình đi.

---

[12] Diệt si. Nguyên bản ghi đoạn mẫu 斷母.
[13] Thường kiến, đoạn kiến. Nguyên bản ghi quân nhị thần 君二臣.
[14] Sáu căn, sáu trần. Nguyên bản ghi chư doanh tùng 諸營從.
[15] Pāli, kệ 295.

036.
Giữ giới, nghe đều thiện
Cả hai quý như nhau
Nghe, song hành giữ giới
Học, vận dụng cho sâu.

037.
Học trước phải giữ giới
Cốt nắm vững giá, khai
Cho, chẳng mong nhận lại
Siêng năng, đừng nằm dài.

038.
Nếu người sống trăm tuổi
Tà học, chí chẳng ngay
Chẳng bằng sống một ngày
Siêng năng học chánh pháp.

039.
Nếu người sống trăm tuổi
Thờ lửa, tu dị thuật
Chẳng bằng trong phút giây
Giữ giới tạo phước đức.

040.
Làm được rồi hãy nói
Đừng nói lời rỗng suông
Dối lừa, không đáng tin
Người trí chẳng hề muốn.

041.
Học, trước cầu thông hiểu
Phân biệt rõ đúng sai
Tỏ tường rồi dạy dỗ
Phát tuệ, chẳng lầm sai. [16]

---
[16] Pāli, kệ 158.

042.
Búi tóc, học đạo tà
Lòng cấu nhiễm, đắp y
Mê chẳng thấy thật lý
Như người điếc nghe âm.

043.
Học phải xả ba độc
Pháp dược điều phục mình
Dõng mãnh vượt tử sinh
Như rắn thay da cũ.

044.
Ai học và nghe nhiều
Giữ giới luật trọn vẹn
Hai đời đều được khen
Sở nguyện được viên mãn.

045.
Ai học nhưng nghe ít
Giữ giới chẳng hoàn toàn
Hai đời đều chuốc khổ
Sở nguyện cũng tiêu tan.

046.
Căn bản học có hai:
Thân cận bậc nghe nhiều
Nắm thật lý, thông hiểu
Tuy khổ, chẳng lầm sai.

047.
Cỏ dại hại lúa tốt
Dục nhiều ngăn học hành
Xấu ác cày nhổ sạch
Ắt thu lắm quả lành.

048.
Nghĩ kỹ hãy mở lời
Ngôn từ đừng thô bạo
Luận pháp hay giảng đạo
Nói năng chớ trái nhau.

049.
Khéo học, không phạm giới
Sợ pháp, hiểu cử kiêng
Ý thức điều nhỏ nhiệm
Đời sau hết não phiền.

050.
Xa lìa mọi tội phước
Phạm hạnh thường huân tu
Thân trọn đời nhiếp thủ
Là người khéo học, tu.

Phẩm 3:
NGHE NHIỀU[17]

[560a] phẩm nghe nhiều gồm 19 bài kệ : khuyên người nghe và học, nghe nhiều phát thánh trí, chánh giác tự thắng sang.

051.
Nghe nhiều lại giữ vững
Lấy pháp làm tường thành
Tiến tu, không huỷ phạm
Giới, tuệ sẽ tiến nhanh.

052.
Nghe nhiều khiến chí sáng
Đã sáng, trí tuệ tăng
Thấu triệt nghĩa sâu rộng
Hiểu nghĩa, đời sống an.

---

[17] Phẩm Nghe nhiều (tức Đa văn 多聞), không có Pāli tương đương.

053.
Nghe nhiều dứt lo âu
Hằng vui trong tịnh lạc
Khéo tuyên dương diệu pháp
Tự thể nhập nê-hoàn.

054.
Nghe nhiều thông giới luật
Chánh kiến diệt nghi ngờ
Phi pháp hết phủ mờ
Đến được nơi tịch diệt.

055.
Làm bậc thầy mẫu mực
Khiến người sáng, dứt nghi
Khơi bản tâm thanh tịnh
Tạng pháp khéo duy trì.

056.
Khéo giữ nên tỏ nghĩa
Nhờ vậy chẳng lỗi lầm
Ai thọ trì đúng pháp
Chóng an lạc thân tâm.

057.
Dù nghe ít hay nhiều
Cống cao khinh người khác
Như người mù soi đuốc
Người sáng, mình tối tăm.

058.
Cầu tước vị, tiền tài
Tôn quý, phước sinh thiên
Trí thế gian hùng biện
Đâu bằng người nghe nhiều.

059.
Nghe được vua ban tặng
Chư thiên khen hết lời
Nghe là đệ nhất tạng
Mạnh giàu nhất cuộc đời.

060.
Người trí chăm nghe học
Người thích đạo vui lây
Đế vương hết lòng kính
Thích, phạm bằng người này.

061.
Tiên nhân còn kính nghe
Huống chi người quyền quý
Cao thượng thay, bậc trí
Lạy họ, chẳng lỗi lầm.

062.
Thờ mặt trời vì sáng
Thờ cha mẹ vì ân
Thờ vua phải ra sức
Học đạo, thờ đạo nhân.

063.
Vì bệnh, kính thầy thuốc
Muốn thắng, dựa mạnh giàu
Người trí diễn pháp mầu
Đời đời thêm phước trí.

064.
Mưu cao, hiểu bằng hữu
Hiểm nguy, tỏ bạn thù
Khi vui, rõ tính vợ
Nói năng, biết trí ngu.

065.
Nghe có ích đời này
Đến vợ con bè bạn
Phước đời sau vô vàn
Nghe nhiều thành thánh trí.

066.
Nhờ nghe dứt lo, giận
Khổ, bất hạnh tan mau
Muốn an lạc dài lâu
Nên gần bậc nghe nhiều.

067.
Sầu, đau hơn ung nhọt
Ngu, khổ hơn bị thương
Dùng sức đâu diệt được
Nhờ nghe nhiều dứt mau.

068.
Mù nhờ đây mắt sáng
Tối cũng hết mờ lu
Dẫn dắt người trần thế
Như sáng dẫn người mù.

069.
Nhờ vậy ngu si dứt
Lìa mạn, giàu an vui
Học, kính người nghe nhiều
Là người tích phước đức.

Phẩm 4:
DỐC LÒNG TIN[18]

[560b] phẩm dốc lòng tin có 18 bài kệ : luận về gốc lập đạo, chánh kiến quả nhờ nhân, thực hành luôn thắng tiến.

070.
Tín, tàm, giới, ý tài
Là pháp hiền thánh khen
Ai nói được như vậy
Người ấy liền sinh thiên.

071.
Kẻ ngu bỏ thiên hạnh [19]
Chẳng khen pháp bố thí
Tín, thí giúp điều lành
Đến bờ kia an lạc.

072.
Lòng tin, người trường thọ
Niệm pháp, trụ an nhiên
Thân gần, ý trên hết
Trí, thọ như thánh hiền.

---

[18] Phẩm Dốc lòng tin (tức Đốc tín 篤信), không có Pāli tương đương.

[19] Thiên hạnh 天行: tức Phạm hạnh.

073.
Lòng tin, khiến đắc đạo
Pháp, rũ mọi đeo mang
Nghe pháp phát sinh trí
Đến đâu cũng rõ ràng.

074.
Lòng tin vượt vực thẳm
Vững như người lái đò
Tinh tấn diệt khổ lo
Phát tuệ lên bờ giác.

075.
Ai có hạnh dốc tín
Thì được thánh ngợi khen
Ai vui hạnh vô vi
Thì dứt mọi gút mắc.

076.
Lòng tin và giới luật
Tâm tuệ luôn thực hành
Dõng mãnh diệt sân giận
Thoát hố thẳm rất nhanh.

077.
Lòng tin giúp giới thành
Trí tuệ cũng tiến nhanh
Ở đâu luôn thực hành
Đến đâu cũng được cúng.

078.
Lợi lộc ở trên đời
Tín, tuệ đứng bậc nhất
Là bảo vật vô thượng
Là gia nghiệp phi thường.

079.
Muốn thấy lẽ huyền vi
Phải ưa nghe, giảng pháp
Xả mọi niệm xan tham
Là đức tin dõng mãnh.

080.
Lòng tin vượt sông sâu
Phước ấy ai đoạt được
Ngăn chặn nghiệp trộm cướp
Hạnh sa-môn vui cầu.

081.
Đừng gần kẻ vô tín
Thích nói lời thẳng ngay
Như khơi bùn dưới suối
Ắt được mạch nước đầy.

082.
Người hiền trau dồi trí
Vui nhìn nguồn nước trong
Như người khéo lấy nước
Không để cho đục dòng.

083.
Lòng tin, thuần không nhiễm
Chỉ hiền, nhân gần ta
Điều đáng học thì học
Không đáng, hãy tránh xa.

084.
Tín, cỗ xe chở ta
Khó biết đi bao ngả
Như điều phục voi lớn
Điều phục mình lớn hơn.

085.
Tín, giới là của báu
Tàm, quý là trân châu
Nghe, bố thí cũng vậy
Tuệ nữa là bảy báu.

086.
Lòng tin giữ được giới
Quán các pháp tịnh, thường
Trí tuệ là lợi hành
Thành kính giữ chẳng quên.

087.
Người trí biết chắc thật
Bất luận gái hay trai
Sinh ra có thất tài [20]
Không một ai nghèo khó.

---

[20] Thất tài 七財: bảy thánh tài gồm tín, giới, tàm, quý, niệm, bố thí, tuệ (Từ điển Đinh Phúc Bảo).

Phẩm 5:

GIỮ GIỚI CẨN THẬN[21]

[560c] Phẩm GIỮ GIỚI CẨN THẬN có 16 bài kệ: trao cho con đường thiện, ngăn cấm mọi tà phi, về sau không hối tiếc.

088.
Ai tâm thường thanh tịnh
Trì luật đến trọn đời
Tịnh tu các thiện hạnh
Nhờ đó giới tất thành.

089.
Người trí hộ trì giới
Phước tam bảo sáng ngời
Được tiếng thơm, lợi dưỡng
Đời sau vui cõi trời.

---

[21] Phẩm Giữ giới cẩn thận (tức giới thận 戒慎), không có Pāli tương đương.

090.
Ai trì giới thanh tịnh
Chỗ ấy pháp hiện tiền
Thấy chánh đạo thường nhiên
An lạc nhất trong chúng.

091.
Giữ giới tâm an lạc
Thân thể không não phiền
Ngủ nghỉ tâm an nhiên
Thức dậy lòng thư thái.

092.
Giữ giới, hành bố thí
Làm phước, phước theo mau
Đi bất cứ nơi đâu
Lòng tràn đầy an lạc.

093.
Vẹn toàn gì tốt nhất
Điều thiện nào an vui
Điều gì đáng quý nhất
Lạm dụng gì đừng nhận?

094.
Giới vẹn toàn mãi an
Giới thiện an lạc nhất
Trí tuệ là tột bậc
Lạm dụng phước đừng làm.

095.
Tỳ-kheo nghiêm trì giới
Giữ gìn kỹ các căn
Chừng mực với uống ăn
Thường sống trong tỉnh giác.

096.
Lấy giới chiết phục tâm
Luôn sống trong chánh định
Đừng quên chánh trí mình
Thường vận tâm quán sát.

097.
Người minh triết giữ giới
Chánh trí thường hiện tiền
Hành đạo tâm như nhiên
Đạm bạc dứt các khổ.

098.
Tẩy trừ mọi cấu nhiễm
Đừng để ngã mạn sinh
Trọn đời cầu chánh pháp
Sống với tuệ trí mình.

099.
Giới, định, tuệ giải thoát
Cần phải khéo duy trì
Mọi cấu nhiễm viễn ly
Không họa hoạn, vướng mắc.

100.
Thấu triệt liền giải thoát
Nẻo sống chết vượt qua
Thoát mọi cảnh giới ma
Như vầng dương rạng tỏa.

101.
Mê lầm và phóng túng
Thường lạc mất lối về
Chánh hạnh giới, định, tuệ
Cần cầu, chớ lìa xa.

102.
Người trì giới thanh tịnh
Tâm chẳng từng buông lung
Chánh trí đã tỏ thông
Lìa xa mọi tà chúng.

103.
Trụ nơi an lạc đó
Sẽ lìa xa đường tà
Rũ sạch cảnh giới ma.
Là chánh đạo vô thượng.

Phẩm 6:
QUÁN NIỆM[22]

[561a] Phẩm QUÁN NIỆM gồm 12 bài kệ, bàn về: Nền tảng giữ ý niệm [23], bên trong quán hơi thở, ắt mở thông mối đạo.

104.
Cần quán niệm thật kỹ
Từng hơi thở vào ra
Trước sau thông đạt cả
Sống đúng lời Phật-đà.

105.
Soi sáng cho thế gian
Như mây tan trăng hiện
Đi, đứng phải tư duy
Ngồi, nằm nên nhớ kỹ.

---

[22] Phẩm Quán niệm (tức duy niệm 惟念), không có Pāli tương đương.

[23] Nguyên văn: Thủ vi chi thỉ, nghĩa là nền tảng của việc giữ những ý niệm vi tế khi nó chưa manh nha, chưa hiện hình thành tướng (Đạo đức kinh-Thủ vi-Chương 64).

106.
Tỳ-kheo lập quán hạnh
Mỗi một ngày tiến nhanh
Trước sau đều vượt bậc
Chẳng còn thấy tử sanh.

107.
Ta chẳng ở đâu xa
Chỉ ngay trong sáu thời
Tỳ-kheo thấy nê-hoàn
Nhờ nhất tâm thẳng tới.

108.
Một khi có chánh quán
Tự thân luôn hành trì
Không thực hành, ngẫm nghĩ
Trọn chẳng được tịnh an.

109.
Ai thực hành được vậy
Biển ái dục vượt qua
Khéo tỉnh giác chánh niệm
Biết, hiểu tâm an hòa
Thường quán niệm như vậy
Khổ già, chết lùi xa.

110.
Tỳ-kheo sống tỉnh giác
Phải quán niệm như vầy
Khổ sở dĩ đọa đày
Vì chưa dứt sinh tử.

111.
Muốn khai mở tâm mình
Phải thường nghe diệu pháp
Hay thay! Bậc chân giác
Trọn không còn đến, đi.

112.
Hễ là người tỉnh giác
Ngày đêm chăm học hành
Thấu triệt nghĩa giải thoát
Khiến các lậu hết nhanh.

113.
Ai người gặp duyên lành
Hãy về nương tựa Phật
Ngày đêm luôn nỗ lực
Thường niệm Phật, pháp, tăng.

114.
Ai làm chủ ý mình
Đó là đệ tử Phật
Ngày đêm luôn nỗ lực
Thường niệm Phật, pháp, tăng.

115.
Ngày đêm luôn quán tưởng
Niệm thân, niệm vô thường
Niệm giới, niệm bố thí
Không, vô nguyện, vô tướng.

Phẩm 7:
NHÂN TỪ[24]

[561b] Phẩm NHÂN TỪ gồm 18 bài kệ: nói về những công hạnh; bậc Đại nhân, Thánh nhân; đức trải ra vô lượng.

116.
Nhân từ không hại vật
Luôn khéo nhiếp thủ thân
Trụ pháp không sinh diệt
Đến đâu cũng an nhiên.

117.
Nhân từ không hại vật
Cẩn thận ý, nói năng
Trụ pháp không sinh diệt
Đến đâu cũng an nhiên.

118.
Người loạn, ta chánh niệm
Hằng giữ lòng nhân từ
Biết giằn cơn giận dữ
Đó là hạnh thanh cao.

---

[24] Phẩm Nhân từ 慈仁: không có Pāli tương đương.

119.
Chí thành và thong dong
Đừng buông lời cộc cằn
Chuyện người đừng nổi nóng
Đó là hạnh thanh cao.

120.
An nhàn đừng tạo tác
Chẳng sát hại mọi loài
Thân tâm không nhiễu loạn
Đó là hạnh thanh cao.

121.
Thường giữ lòng từ ái
Sống đúng lời Phật khuyên
Biết đủ, biết dừng lại
Sẽ thoát dòng tử sinh.

122.
Ít muốn, siêng học hành
Đừng đắm trong lợi danh
Nhân từ đừng phạm ác
Ở đời được thanh danh.

123.
Nhân từ đừng phạm ác
Chớ hiện tướng vui buồn
Bị người khác não phiền
Phải dùng trí lắng xuống.

124.
Lo lắng khắp bạn hiền
Xót thương mọi chủng tính
Lòng từ luôn thể hiện
Đến đâu cũng an nhiên.

125.
Người trí thích nhân từ
Học rộng và chánh tín
Biết đủ chẳng âu lo
Được chư thiên gìn giữ.

126.
Ngày đêm sống nhân từ
Tâm không nghĩ đấu tranh
Chẳng hại mọi chủng tánh
Oan gia chẳng đến tìm.

127.
Không nỡ lòng, cứ giết
Phạm giới lại dối lừa
Lỗi lầm, sợ người biết
Chẳng nhìn ra muôn loài.

128.
Rượu làm mất ý chí
Sống phóng túng hành vi
Chết rồi, đường ác đi
Há chưa từng ngẫm nghĩ ?

129 và 130.
Sống nhân từ đạo đức
Thương mọi loài chúng sinh
Người người đều ca ngợi:
Phước quả luôn theo mình (1)
Ngủ, thức đều yên tịnh (2,3)
Ác mộng thảy lánh xa. (4)

Trời hộ, người yêu kính (5,6)
Thoát khổ độc đao binh (7)
Nước, lửa chẳng hại được (8,9)

Có phước báu hiện tiền (10)
Chết sinh về Phạm thiên (11)
Đạt mười một phước quả.

131.
Lòng từ luôn trải ban
Không chối bỏ muôn loài
Biển tử sinh dần cạn
Mau chóng xuất thế gian.

132.
Đức Nhân nung nấu chí
Tâm Từ luôn dẫn đầu
Thương muôn loài như nhau
Phước ấy đâu kể xiết.

133.
Dẫu cho cả cuộc đời
Tế trời bằng voi ngựa
Vì thiên hạ phụng sự
Đâu bằng tu niệm Từ.

PHẨM 8:
NÓI NĂNG

[561c] phẩm nói năng gồm 12 bài kệ. Nội dung phẩm này: cẩn thận giữ khẩu nghiệp, nói năng hay luận bàn, phải nằm trong đạo lý.

134.
Thô tục chửi, nhục mạ
Hống hách khinh người ta
Ai khởi ác hạnh ấy
Oán ghét liền sinh ra.

135.
Từ tốn và dịu dàng
Luôn kính trọng người khác
An nhiên, nhẫn điều ác
Oán ghét chóng tiêu tan.

136.
Con người sống ở đời
Búa bén nằm trong miệng
Bị chém vào thân mình
Bởi những lời bất thiện.

137.
Ganh đua chút lợi nhỏ
Vùi chôn cả gia tài
Giam mình trong cự cãi
Khiến ý chuốc họa tai.

138.
Khen ác, ác ca ngợi
Cả hai xấu như nhau
Háo thắng ưa đấu khẩu
Đời sau chuốc khổ sầu.

139.
Vô đạo, đọa đường ác
Khổ địa ngục tăng mau
Lìa ngu, tu pháp nhẫn
Nhớ kỹ, thoát khổ sầu.

140.
Làm thiện được giải thoát
Tạo ác tự đeo gông
Bậc trí khéo thông đạt
Khổ não hết chất chồng.

141.
Bỏ tật xấu hơn thua
Xuất ngôn đừng hiếu thắng
Như chánh pháp nói năng
Dịu dàng thay! Lời nói.

142.
Ai nói năng hòa nhã
Lòng sẽ chẳng lo phiền
Chẳng trách cứ người ta
Là nói lời hiền thiện.

143.
Nói năng hợp ý người
Khiến ai cũng hoan hỷ
Nói lời không ác ý
Người người đều vâng theo.

144.
Lời ích lợi chân thành
Không lầm lỗi, chánh chơn
Tỏ thật nghĩa, đúng pháp
Là gần diệu đạo hơn.

145.
Nói năng như phật-đà
Hạnh này mau chứng quả
Khơi nguồn mọi thiện pháp
Bậc trung thiên là ta.

Phẩm 9:
SONG YẾU[25]

[562a] Phẩm SONG YẾU gồm 22 bài kệ, luận về: thiện và ác đối nghịch, cùng nêu bật cả hai, diệu nghĩa cũng song hành.

146.
Tâm là gốc các pháp
Dẫn đầu, khiến đảo điên
Ai nói năng, hành động
Với tâm niệm bất thiện
Khổ não sẽ đi liền
Như xe lăn theo vết.

147.
Tâm là gốc các pháp
Dẫn đầu, khiến đảo điên
Ai nói năng, hành động
Với tâm niệm thiện tịnh
Phước lạc sẽ theo sau
Tựa như bóng theo hình.

---

[25] Phẩm song yếu 雙要, tương đương Pāli, phẩm 1, Yamakavagga.

148.
Hành động với ý loạn
Ngu trói, đọa vô minh
Bê tha, chỉ biết mình
Đâu hiểu lời tốt đẹp.

149.
Hành động với ý định
Trí sáng lại thông minh
Chẳng bị người ganh ghét
Thông đạt lời an lành.

150.
Nuôi oán với kẻ oán
Oán đối mãi chất chồng
Ai diệt tâm oán giận
Hạnh này ai cũng mong.

151.
Đừng ưa trách người khác
Cốt luôn cảnh tỉnh mình
Hạnh này ai thông đạt
Trọn đời không khổ lo.

152.
Ai thấy thân này tịnh
Chẳng nhiếp thủ các căn
Không chừng mực uống ăn
Yếu hèn lại lười nhác
Bị tà ma nghiền nát
Như gió thổi rạp cây.

153.
Ai quán thân bất tịnh
Siêng nhiếp thủ các căn
Chừng mực trong uống ăn
An lạc và tinh tấn
Chẳng bị tà ma lấn
Như gió gặp núi cao.

154.
Ai chẳng dứt cấu nhiễm
Tâm dục còn bôn ba
Bản thân luôn buông thả
Đừng nên mặc ca-sa.

155.
Ai gột rửa cấu nhiễm
Giới, định thường nghiêm trì
Thân tâm đã điều phục
Xứng đáng mặc pháp y.

156.
Ai cho thật là giả
Nhầm lấy giả làm thật
Đó là kẻ chấp tà
Chẳng mảy may lợi ích.

157.
Biết thật rõ là thật
Gặp giả biết giả ngay
Ai thấy biết như vậy
Lợi ích mãi đong đầy.

158.
Như nhà lợp không kín
Nước mưa thấm dột vào
Kẻ buông thả đời mình
Tham dục vào mọi chỗ.

159.
Như nhà lợp thật kín
Nước mưa chẳng rỉ vào
Người giữ tâm ý mình
Nước tham dục khô ráo.

160.
Ai sống gần kẻ ngu
Như gần vật hôi hám
Quen thói xấu, đui mù
Chẳng biết mình tạo nghiệp.

161.
Ai sống gần bậc trí
Như xông ướp hoa hương
Siêng làm lành, phát trí
Đức hạnh ngát muôn phương.

162.
Nay buồn, đời sau buồn
Làm ác, buồn hai đời
Hắn đau buồn, khiếp sợ
Chịu tội, thẹn ngút trời.

163.
Nay vui, đời sau vui
Làm thiện, vui hai đời
Hắn vui, luôn khoan khoái
Được phước, tâm thảnh thơi.

164.
Nay than, đời sau than
Làm ác, hai đời than
Hắn than: Ta làm ác
Chuốc khổ não ngập tràn.

165.
Nay mừng, đời sau mừng
Làm phước, hai đời mừng
Hắn mừng: Ta làm phước
Được phước thêm vui mừng.

166.
Kẻ dẻo miệng, tham cầu
Buông lung, không giới đức
Dâm, nộ, si hừng hực
Chưa từng sách tấn nhau
Tụ tập như bầy trâu
Không xứng đệ tử Phật.

167.
Nói đúng thời, thiểu dục
Như chánh pháp thực hành
Dâm, nộ, si dứt sạch
Trí sáng, sống thanh nhàn
Khiêm cung và dịu dàng
Đáng là đệ tử Phật.

Phẩm 10:
PHÓNG DẬT[26]

[562b] Phẩm PHÓNG DẬT gồm 20 bài kệ, bàn về: dẫn luật để ngăn tình; phòng tà ngừa lầm lỗi, đem đạo khuyên thành hiền.

168.
Giới là nẻo an lành
Phóng dật là cửa tử
Không tham thì bất tử
Mất đạo tự vùi mình.

169.
Người trí luôn giữ đạo
Chẳng buông thả đời mình
Lòng vui mừng thanh tịnh
Nhờ đó đạo quả thành.

---

[26] Phẩm phóng dật 放逸, tương đương Pāli, phẩm 2, Appamādavgga.

170.
Thường tư duy chánh đạo
Chánh hạnh luôn trau dồi
Tinh tấn vượt cõi đời
An lạc không gì sánh.

171.
Thường tư duy chánh niệm
Thanh tịnh, ác diệt nhanh
Hằng sống trong chánh pháp
Thiện quả ắt chóng thành.

172.
Đi, không hề phóng túng
Ở, luôn điều phục mình
Trí khéo làm định sáng
Chẳng lạc hố vô minh.

173.
Kẻ ngu, ý thô tháo
Tham lam cự cãi nhau
Người trí thường cẩn trọng
Giữ mình như giữ châu.

174.
Đừng tham lam, giành giật
Dục lạc chẳng đam mê
Tâm chẳng hề phóng dật
An lạc trên lối về.

175.
Giữ mình không phóng dật
Khéo chế phục mới tài
Ngự trí tuệ lầu đài
Nguy hết, liền an lạc.

176.
Người trí thấy kẻ ngu
Như non cao, mặt đất
Trong loạn, thân đoan chánh
Thường tỉnh giác bản thân
Sức ấy hơn sư tử
Bỏ ác, trí sáng ngần.

177.
Ngủ ỳ như đá tảng
Ngu mê lấp hình hài
Năm dài, không thấy khổ
Bởi vậy mãi đầu thai.

178.
Không lúc nào phóng túng
Khéo ngăn lậu dừng trôi
Phóng túng, ma rình rập
Như sư tử vồ mồi.

179.
Ai chẳng hề phóng túng
Là Tỳ-kheo chánh chân
Tâm thanh tịnh vô ngần
Bởi thường hộ tâm ý.

180.
Tỳ-kheo cần quán kỹ
Phóng dật khổ triền miên
Ganh đua nghiệp lớn liền
Tích ác vào lửa dữ.

181.
Giữ giới, phước tăng hoài
Phạm giới lòng sợ hãi
Khéo dứt lậu ba cõi
Chắc chắn gần nê-hoàn.

182.
Ai đã từng phóng dật
Sau biết kiềm chế mình
Là soi sáng nhân sinh
Chắc chắn lòng an định.

183.
Ai lầm lỗi tạo ác
Đem thiện nghiệp sửa mình
Là soi sáng nhân sinh
Chắc chắn lòng thiện tịnh.

184.
Ai sớm xa trần tục
Thực hành lời Phật-đà
Là soi sáng Ta-bà
Như mây tan, trăng hiện.

185.
Ai trước từng làm ác
Sau thức tỉnh làm lành
Là soi sáng nhân gian
Như mây tan, trăng hiện.

186.
Sống không gây khổ não
Chết chẳng chuốc ưu phiền
Thấy đạo, tâm an nhiên
Biển ưu sầu vơi cạn.

187.
Ai đoạn pháp uế trược
Học, tư duy pháp mầu
Vực khổ vượt qua mau
Hết gá nương chấp trước
Lại chẳng còn lầm bước
Đoạn dục, hết sầu lo.

Phẩm 11:
TÂM Ý[27]

[563a] Phẩm TÂM Ý gồm 12 bài kệ: nói ý và tinh thần, dù không hình không tướng, nhưng tạo tác vô hạn.

188.
Ý khiến đọa súc sinh
Buông lung khó chiết phục
Người trí giữ tâm mình
Sẽ sáng suốt bậc nhất.

189.
Ý buông lung khó giữ
Thường lao theo dục trần
Dẫn nó vào đường lành
Điều phục, thường an lạc.

190.
Ý nhỏ nhiệm khó thấy
Thường lao theo dục trần
Người trí thường hộ thân
Khéo giữ, liền an lạc.

---

[27] Phẩm tâm ý 心意, tương đương Pāli, phẩm 3, Citta vagga.

191.
Một mình vượt đường xa
Khuất mờ không thấy bóng
Phải giữ ý, gần đạo
Mới thoát khỏi lưới ma.

192.
Tâm chưa từng dừng nghỉ
Chánh đạo chẳng theo về
Việc đời cũng ngu mê
Không một chút chánh trí.

193.
Niệm chưa từng dừng nghỉ
Rong ruổi khắp muôn phương
Phước khiến nghiệp cùng đường
Tỉnh giác là bậc trí.

194.
Tâm pháp mà Phật giảng
Khó nhận diện vô cùng
Luôn tỉnh giác điều phục
Chớ để tâm buông lung.

195.
Thấy pháp an lạc nhất
Sở nguyện ắt viên thành
Người trí giữ ý mình
Đoạn nhân duyên sinh khổ.

196.
Đời người chẳng dài lâu
Đều trả về cát bụi
Thân hoại, thức đi mau
Ham gì thân tạm bợ.

197.
Tâm, như voi lung chạy
Sống thác, không mối manh
Niệm đa phần bất chánh
Tự chuốc khổ vào thân.

198.
Ý tác tạo thân ta
Nào phải do mẹ cha
Nỗ lực hướng chánh pháp
Phước thiện đừng rời xa.

199.
Giữ sáu căn như rùa
Phòng hộ ý vững chãi
Người trí khiến ma thua
Nên tâm luôn thư thái.

Phẩm 12:
HƯƠNG HOA[28]

[563a] Phẩm HƯƠNG HOA gồm 17 bài kệ, nói về việc: Học cần phải thực hành, như từ hoa được quả, khiến nguy trở thành chân.

200.
Ai khéo chọn đất tốt [29]
Vượt thoát cả chư Thiên
Ai khéo giảng Pháp cú
Như khéo hái hoa thơm.

201.
Bậc Thánh chọn đất tốt
Vượt thoát cả chư Thiên
Ai khéo nói Pháp cú
Như khéo hái hoa thơm.

---

[28] Phẩm Hương hoa (tức hoa hương 華香), tương đương Pāli, phẩm 4, Puppha vagga.

[29] Nguyên bản ghi Trạch địa, nghĩa là chọn đất không bị giống ái nảy mầm. Tham chiếu kinh Xuất diệu, 19 : 云何名為地？所謂地者，愛種是也。Thế nào gọi là đất? Cái được gọi Đất là ái được trồng lên đó.

202.
Đời như ngói chưa nung
Pháp huyễn tựa bọt bèo
Đoạn mầm hoa dục vọng [30]
Sống chết chẳng dõi theo.

203.
Thân này như bọt nổi
Pháp huyễn như bọt bèo
Đoạn mầm hoa dục vọng
Sống chết chẳng dõi theo.

204.
Bệnh đến thân tiều tuỵ
Như hoa héo rụng rơi
Một khi thần chết tới
Thân như nước cuốn trôi.

205.
Kẻ tham muốn vô độ
Khiến người ta lánh xa
Giàu có nhờ nghiệp tà
Ắt bị người khinh miệt.

206.
Tỳ-kheo vào làng xóm
Như ong vào vườn hoa
Lấy vị rồi bay ra
Không làm hại hương sắc.

---

[30] Đoạn tận các kết sử. Tham chiếu Kinh Xuất diệu, 19: 斷魔華敷者，見諦思惟所斷結使永盡無餘，更不適彼言而親近之，是故說，斷魔華敷也.

207.
Việc người đừng nhòm ngó
Họ đã làm hay chưa
Phải xét ta sớm trưa
Việc làm tà hay chánh.

208.
Ví như bông hoa đẹp
Có sắc, chẳng có hương
Nói hay, làm không được
Chỉ là lời tầm thường.

209.
Ví như bông hoa đẹp
Có sắc lại thêm hương
Nói hay và làm được
Ắt được phước khôn lường.

210.
Gom hoa quý đẹp tươi
Kết thành tràng thơm phức
Người rộng bồi phước đức
Đời đời hưởng an vui.

211.
Hương thơm hoa cỏ lạ
Không tỏa ngược chiều gió
Hương chân nhân tỏa ra
Đức hạnh thơm khắp chốn.

212.
Như hương thơm chiên-đàn
Hay hương hoa sen xanh
Dù không hương nào sánh
Nhưng chẳng bằng giới hương.

213.
Hương hoa dù thơm mấy
Vẫn chưa nhất cõi đời
Nhưng hương người trì giới
Khiến mọi loài thơm lây.

214.
Ai giữ đủ giới cấm
Đời sống chẳng bê tha
Ý chánh định giải thoát
Thường lìa hẳn lối ma.

215.
Như đóa sen thơm ngát
Mọc trong những rãnh mương
Nhưng tỏa hương ngào ngạt
Đẹp lòng khách qua đường.

216.
Biển sống chết cũng vậy
Phàm phu mãi trôi lăn
Bậc trí vui thoát hẳn
Xứng là con Phật-đà.

Phẩm 13:
NGU TỐI[31]

[563b] Phẩm NGU TỐI gồm 21 bài kệ. Nội dung phẩm này: khai mở người mông muội, nên bày tướng trạng ra, muốn khiến họ sáng tỏ.

217.
Mất ngủ thấy đêm dài
Mệt mỏi thấy đường xa
Ngu, sống chết dài ra
Nào biết đâu chánh pháp.

218.
Ngu si thường tăm tối
Trôi mãi như sông dài
Một mình đi một lối
Biết làm bạn cùng ai.

219.
Lân la với kẻ ngu
Ưu sầu thêm dai dẳng
Ở chung càng cay đắng
Tợ oan gia nhiều đời.

---

[31] Phẩm Ngu tối (tức ngu ám 愚闇), tương đương Pāli, phẩm 5. Bāla vagga.

220.
Nào con, nào tài sản
Kẻ ngu mãi lo xa
Chính ta còn không có
Thứ kia ở đâu ra?

221.
Ta ở đây mùa nóng
Mùa lạnh cũng chẳng đi
Kẻ ngu luôn nghĩ vậy
Nào biết lẽ thịnh suy.

222.
Kẻ ngu biết mình ngu
Dần dà cũng phát trí
Ngu si cho mình trí
Thì chẳng ai ngu bằng.

223.
Ngu si gần người trí
Như gáo múc nước kia
Dù gần mãi chẳng lìa
Vẫn không biết pháp vị.

224.
Kẻ trí gần người trí
Như lưỡi nếm mùi vị
Dù chỉ trong phút giây
Liền hiểu thông đạo ý.

225.
Việc làm của kẻ ngu
Khiến thân thêm tai hại
Việc ác càng hăng hái
Càng chuốc lắm tai ương.

226.
Người làm việc bất thiện
Làm xong tâm hối tiếc
Mắt đẫm lệ thở than
Ôi! Quả báo cay nghiệt!

227.
Người làm việc phước đức
Làm xong tâm mừng vui
Nhận phước quả không dứt
Lòng hớn hở tươi cười.

228.
Quả ác chưa chín tới
Kẻ ngu tưởng mật đường
Một khi nó thuần thục
Tự chuốc lắm tai ương.

229.
Kẻ ngu luôn mơ tưởng
Không thấy ra khổ đau
Đến lúc đọa ngục sâu
Mới hay toàn ác nghiệp.

230.
Ngu xuẩn gây nghiệp chướng
Mà chẳng tự thoát ra
Tai ương luôn thiêu nướng
Tội khổ càng cháy bừng.

231.
Kẻ ngu thích ăn ngon
Tháng ngày càng khóai khẩu
Chưa bằng phần mười sáu
Người tư duy pháp mầu.

232.
Kẻ ngu luôn khát vọng
Trọn đời vẫn huyễn hư
Chuốc nỗi đau dao gậy
Quả báo chẳng dối hư.

233.
Hãy nhìn kẻ ngu si
Keo kiệt lại tham cầu
Nẻo ác họ thường đi
Sống không chút đạo trí.

234.
Kẻ xa đạo, gần dục
Chết ngộp trong hư danh
Sản nghiệp dứt không đành
Tham nhiều nhà cúng thí.

235.
Đừng nhiễm hai tham muốn:
Làm sa-môn tại gia
Trái thánh giáo, tham nhà
Ngày sau thiếu trí tuệ.

236.
Hạnh này đồng kẻ ngu
Khiến tăng dục, kiêu mạn
Cầu lợi tâm đã khác
Cầu đạo há như nhau?

237.
Bởi vậy, những người trí
Đệ tử Phật xuất gia
Thói đời thường buông xả
Trọn không đọa tử sinh.

Phẩm 14:
MINH TRIẾT[32]

[563c] Phẩm MINH TRIẾT gồm 17 bài kệ: nêu hành giả có trí, tu phước và tiến đạo, lấy pháp làm gương soi.

238 và 239.

Nhận diện kỹ thiện ác
Tâm biết sợ tránh xa
Sợ, không phạm nghiệp tà
Hết sầu, mãi an ổn;

Thế nên phước hiện đời
Hãy nghĩ suy làm mãi
Khiến sở nguyện viên mãn
Phước lộc một thành hai.

240.
Khởi lòng tin làm phước
Tích chứa chẳng nghỉ ngơi
Bền lâu lại sáng ngời
Nhờ biết tin âm đức.

---

[32] Phẩm Minh triết 明哲, tương đương Pāli, phẩm 6, Pandita vagga.

241.
Tránh xa điều vô nghĩa
Đừng gần kẻ ngu si
Bạn tốt đừng xa lìa
Thân gần bậc hiền trí.

242.
Vui pháp thường an ổn
Tâm vui, ý lắng sâu
Thánh nhân diễn pháp mầu
Người trí luôn vui thích.

243.
Bậc chân nhân, trí giả
Giữ trai giới, hành đạo
Như trăng giữa ngàn sao
Sáng soi cả thiên hạ.

244.
Như thợ giỏi vuốt cung
Người đi thuyền khéo chống
Thợ mộc chuyên gỗ, cây
Bậc trí rõ thân này.

245.
Ví như tảng đá nặng
Gió chẳng làm lắc lư
Bậc trí, tâm nhất như
Khen chê chẳng lay động.

246.
Như hồ nước thẳm sâu
Lắng trong và tinh khiết
Người trí nghe chánh pháp
Tâm thanh tịnh an nhiên.

247.
Bậc chân nhân vô dục
Ngời sáng giữa cuộc đời
Tâm ý chẳng đổi dời
Dù gặp vui hay khổ.

248.
Bậc hiền buông thế sự
Của cải, nước non, con.
Giữ giới, tuệ vàng son
Không tham giàu phi nghĩa.

249.
Bậc trí biết động, lay
Như cây giữa cát dày
Bạn bè chưa vững chãi
Dễ vấy nhiễm nạn tai.

250.
Người đời đều chìm đắm
Mấy kẻ sang bờ kia
Như ai muốn thoát lìa
Đi nhanh kẻo không kịp.

251.
Người chí thành tu tập
Giáo pháp chẳng xa lìa
Là đến gần bờ kia
Thoát khổ đau chắc chắn.

252.
Dứt trừ pháp năm ấm
Trí tuệ thường tư duy
Hố thẳm đã viễn ly
Xả dục, tánh linh sáng.

253.
Chận đứng mọi dục tình
Tâm tịnh lạc vô vi
Khéo tự cứu lấy mình
Khiến ý luôn sáng suốt.

254.
Cần học pháp chánh trí
Chánh đạo thường tư duy
Phải lắng lòng nghe kỹ
Đừng khởi tâm mong cầu
Đoạn sạch nhân khổ đau
Thoát cõi trần mau chóng.

Phẩm 15:
A LA HÁN[33]

[564a] Phẩm A LA HÁN gồm 10 bài kệ. Nội dung phẩm này nói về: bản tính của chân nhân, thoát dục không chấp trước, tâm chẳng hề động lay.

255.
Rũ bỏ mọi âu lo
Diệt trừ tất cả khổ
Giải thoát mọi buộc ràng
Tâm không còn nhiệt não.

256.
Tâm thanh tịnh chánh niệm
Chẳng tham đắm trần lao
Vượt hố sâu ngu tối
Như ngỗng trời bỏ ao.

257.
Uống ăn có chừng mực
Chẳng tích chứa tiền tài
Không, vô tướng tự tại
Ai đi lộ trình ấy
Như chim liệng trời cao
Bay xa không ngăn ngại.

---

[33] Phẩm A-la-hán (tức La-hán phẩm 羅漢品), tương đương Pāli, phẩm 7, Arahanta vagga.

258.
Nghiệp thế gian dứt sạch
Uống ăn chẳng tranh giành
Tâm chẳng còn mối manh
Đi trên đường giải thoát
Như chim trời tung cánh
Liệng xuống lại bay nhanh.

259.
Khéo nhiếp phục các căn
Như ngựa hoang thuần phục
Tâm kiêu mạn đoạn trừ
Được chư thiên kính phục.

260.
Như đất không giận dữ
Như núi chẳng đổi dời
Bậc chân nhân vô nhiễm
Biển sống chết đã vơi.

261.
Tâm chẳng còn tạo tác
Ngôn hành cũng tịnh an
Bậc chân thật giải thoát
An lạc vào niết-bàn.

262.
Bỏ dục, không đắm trước
Chướng ba cõi dần mòn
Tâm mong cầu đã đoạn
Đó là bậc thượng nhân.

263.
Đồng hoang hay làng mạc
Đất bằng hoặc núi cao
La-hán đến nơi nào
Chúng sinh đều lợi lạc.

264.
Mọi người không thích sống
Chốn vắng vẻ núi rừng
A-la-hán vui mừng
Vì không cầu dục lạc.

Phẩm 16:
MỘT VÀ NHIỀU[34]

[564b] Phẩm này có tên chữ Hán là THUẬT NGÀN gồm 16 bài kệ, khuyên: người học ham học nhiều, không nắm được cốt yếu; chẳng bằng gọn mà tinh.

265.
Dù đọc tụng cả ngàn
Những câu chữ vô dụng
Đâu bằng một nghĩa đúng
Nghe xong tâm bình an.

266.
Dù đọc tụng cả ngàn
Vô nghĩa, có ích chi
Đâu bằng một thật lý
Nghe, làm liền thắng sang.

267.
Đọc tụng rất nhiều kinh
Không hiểu, có ích gì
Hiểu một câu thật lý
Thực hành, giải thoát ngay.

---

[34] Phẩm Thuật ngàn (tức thuật thiên 述千), tương đương Pāli, phẩm 8, Sahassa vagga.

268.
Một mình ta đánh tan
Ngàn vạn quân vây bức
Nhưng chiến công bậc nhất
Là thắng bản thân mình.

269.
Tự thắng mình hay nhất
Đoạn nguồn gốc thăng trầm
Khéo điều phục thân tâm
Là trượng phu tột bậc.

270.
Cho dù đấng thiên tôn
Thần, ma hay Phạm thích
Vẫn không sao chuyển dịch
Người tự thắng chính mình.

271.
Ai ngàn thu bận rộn
Tế thần không hở tay
Chẳng bằng trong phút giây
Một lòng nghĩ về pháp
Phước của một niệm đây
Hơn phước kia trọn đời.

272.
Ai sống đến trăm năm
Thờ thần lửa miên mật
Không bằng trong khoảnh khắc
Cúng dường ngôi tam tôn
Một lần thôi cũng vốn
Hơn phước kia trăm đời.

273.
Tế thần để cầu phước
Mong đời sau an nhiên
Không bằng một phần bốn
Phước lạy bậc thánh hiền.

274.
Ai sống đời lễ nghĩa
Kính trọng bậc cao minh
Bốn phước đến với mình :
Sống thọ, khỏe, đẹp, an.

275.
Người sống đến trăm năm
Phá giới, xa đường chính
Chẳng bằng sống một ngày
Giữ giới, tu thiền định.

276.
Người sống đến trăm năm
Ngu si và tà nguy
Chẳng bằng sống một ngày
Miệt mài học chánh trí.

277.
Người sống đến trăm năm
Biếng lười, không tinh tấn
Chẳng bằng sống một ngày
Tu hành luôn vượt bậc.

278.
Người sống đến trăm năm
Không biết đời hưng phế
Chẳng bằng sống một ngày
Tâm tỉnh giác triệt để.

279.
Người sống đến trăm năm
Không thấy đạo giải thoát
Chẳng bằng sống một ngày
Nếm được vị an lạc.

280.
Người sống đến trăm năm
Không biết nghĩa Phật pháp
Chẳng bằng sống một ngày
Học, xiển dương chánh pháp.

Phẩm 17:
LÀM ÁC[35]

[564c] Phẩm LÀM ÁC gồm 22 bài kệ. Nội dung phẩm này: xót thương người làm ác; hễ làm, chuốc tội báo; đừng tạo, hết tai ương.

281.
Thấy điều thiện chẳng theo
Lại theo tâm niệm ác
Cầu phước, bảo không đáng
Trái lại thích dâm tà.

282.
Những kẻ nào làm ác
Mà chẳng tự tỉnh ra
Ý ngu si quá đà
Về sau chuốc độc họa.

283.
Kẻ ác hành bạo ngược
Ác tiêm nhiễm triền miên
Lún sâu trong dục lạc
Ác báo lẽ đương nhiên.

---

[35] Phẩm Làm ác (tức Ác hành 惡行), tương đương Pāli phẩm 9, Pāpa vagga.

284.
Người hiền siêng tích đức
Đức tăng trưởng liên miên
Ai chuyên cần tạo tác
Phước ứng lẽ đương nhiên.

285.
Kẻ làm ác gặp may
Vì nghiệp chưa chín tới
Khi ác nghiệp chín tới
Sẽ chuốc tội khổ ngay.

286.
Người làm thiện gặp nguy
Vì thiện quả chưa chín
Một khi thiện quả chín
Ắt được phước tức thì.

287.
Đánh người, người đánh lại
Gây oán, oán vây ta
Mắng người, người mắng trả
Chọc giận, thêm giận hờn.

288.
Đời mấy người được biết
Và được nghe đạo mầu
Thọ mạng có bao lâu
Sao vẫn hoài tạo ác?

289.
Chớ khinh điều ác nhỏ
Cho rằng không tai ương
Nước từng giọt tuy nhỏ
Dần dần đầy vại to
Phàm tội lỗi ngập tràn
Do tích chứa mà có.

290.
Chớ khinh điều thiện nhỏ
Cho rằng phước không nhiều
Nước từng giọt tuy nhỏ
Dần dần đầy vại to
Phàm phước thiện tràn đầy
Nhờ góp gom mà có.

291.
Hành vi của con người
Làm lành hay làm ác
Quả báo đến với mình
Trọn không hề sai, mất.

292.
Những kẻ chỉ biết mình
Tự cho mình chính đáng
Vòng luân hồi sống thác
Kiếp người cũng hoại tan.

293.
Ác báo đâu đến nhanh
Như sữa bò đông gấp
Tội khổ luôn rình rập
Như lửa nấp dưới tro.

294.
Cười giỡn quen làm ác
Làm thói sống thân ta
Chịu quả báo khóc la
Theo hành vi nghiệp đến.

295.
Kẻ tạo nhiều oan nghiệt
Như binh cắt đường về
Bị kéo lê mới biết
Đọa đày trong ác nghiệp
Chịu khổ báo về sau
Bởi thói quen từ trước.

296.
Như độc nhiễm bào mòn
Như thuyền lạc nước xoáy
Người nghiệp ác ngập tràn
Tổn thương cũng thế đấy.

297.
Vu khống bậc hiền lương
Ô nhục người thanh tịnh
Ác báo dội lại mình
Như tung bụi ngược gió.

298.
Những tội lỗi mình gây
Biết ăn năn hối cải
Như mặt trời không mây
Sáng soi cả đại địa.

299.
Những gì mình tạo tác
Sau đó tự thấy ra
Làm thiện được an hòa
Gây ác chuốc khổ họa.

300.
Có thức thì nhập thai
Kẻ ác chịu ngục hình
Làm lành lên thiên giới
La-hán chứng vô sinh.

301.
Dẫu hư không, biển cả
Dù núi thẳm, hang sâu
Nhưng không một nơi nào
Thoát khổ khi nghiệp đến.

302.
Chúng sanh gây khổ luỵ
Chẳng thoát khỏi tử sinh
Người nhân từ, chánh trí
Thường thoát mọi ngục hình.

Phẩm 18:
DAO GẬY[36]

[565a] Phẩm DAO GẬY gồm 14 bài kệ: dạy người hành
Nhân từ, đừng dùng dao gậy gộc, sát hại mọi sinh linh.

303.
Muôn loài đều sợ chết
Sợ đòn roi đớn đau
Hãy dung thứ cho nhau
Chớ đánh, chớ bảo giết.

304.
Khéo an ổn chúng sanh
Đừng thêm độc dập vùi
Đời này hại xa lánh
Đời sau mãi an vui.

305.
Lời thô ác đừng buông
Sợ quả báo lời nói
Cho ác thì nhận họa
Tự chuốc lấy đòn roi.

---

[36] Phẩm Dao gậy (tức đao trượng 刀杖), tương đương Pāli, phẩm 10, Daṇḍa vagga.

306.
Hãy nói lời tao nhã
Như chuông khánh ngân vang
Đừng buông lời cự cãi
Thoát trần gian dễ dàng.

307.
Đánh đập kẻ hiền lương
Vu oan người vô tội
Tai ương tăng gấp bội
Họa hoạn đến khôn lường :

308, 309, 310.
Sống tràn ngập khổ đau (1)
Tay chân hay sứt, gãy (2)
Muộn phiền, đau bệnh mãi (3)
Tâm hoảng loạn, điên cuồng ; (4)

Hoặc bị người vu khống (5)
Bức khổ trong ngục quan (6)
Gia sản sẽ lụi tàn (7)
Người thân thường ly tán ; (8)

Nhà cửa đến ruộng vườn
Bị hỏa hoạn thiêu nướng (9)
Chết đọa sâu ngục thảm (10)
Như vậy, mười tai ương.

311.
Dù cắt tóc, lõa hình
Đắp lá, mặc vỏ cây
Dìm trong nước, ngồi xổm
Há thoát kiếp đọa đày?

312.
Ai yêu mến người khác
Chẳng đánh, giết, nướng thiêu
Chẳng mong mình được nhiều
Đến đâu cũng không oán.

313.
Ai sống ở trên đời
Thường sinh lòng hổ thẹn
Là người khéo tiến thắng
Như ngựa hiền thấy roi.

314.
Như ngựa hiền thấy roi
Luôn dốc lòng thẳng tới
Ai tín tâm giữ giới
Thẳng tiến cảnh giới thiền
Trọn thành tuệ chân thật
Dứt kiếp khổ triền miên.

315.
Diệt ác, tu phạm hạnh
Chánh pháp trang nghiêm mình
Chẳng đày đọa quần sinh
Là sa-môn, hiền trí.

316.
Không tổn hại người ta
Trọn đời không bị hại
Thường bao dung tất cả
Ai chuốc oán với ta?

Phẩm 19:
GIÀ SUY[37]

[565b] Phẩm GIÀ SUY gồm 14 bài kệ: dạy người hãy gắng sức, đừng để mạng luống qua, đợi đến lúc già nua, than tiếc ích gì nữa.

317.
Đời có gì cười vui
Khi thân luôn nung đốt
Bị tối tăm vùi nhốt
Sao không tìm ánh dương?

318.
Hình hài xinh đẹp này
Gá nương tạm phút giây
Lo nghĩ nhiều sinh bệnh
Đâu biết sẽ khô gầy.

---

[37] Phẩm Già suy (tức lão hao 老耗), không có Pāli tương đương.

319.
Già đến, sắc suy tàn
Bệnh làm thân kiệt quệ
Da nhăn, thịt co rút
Thần chết đã gần kề.

320.
Thân chết, thần rời đi
Như phu xe vứt xe
Xương thịt chẳng còn gì
Thân bám đâu nương gá?

321.
Thân này như thành quách
Tô đắp bởi thịt xương
Từ sinh đến già chết
Toàn sân, mạn gá nương.

322.
Về già, thân tiều tuỵ
Như xe cũ khác chi
Các pháp đoạn khổ lo
Nên gắng lòng ngẫm nghĩ.

323.
Người không màng nghe học
Khi lớn tựa trâu già
Chỉ được xương, thịt, da
Không một chút phước, trí.

324.
Sống, chết mãi đau buồn
Trôi nổi lắm truân chuyên
Ý dựa thân tham muốn
Kiếp sống khổ vô biên.

325.
Nhờ tuệ thấy rõ khổ
Nên xả bỏ thân hình
Ý dứt, đoạn tạo tác
Ái diệt, chứng vô sinh.

326.
Trẻ chẳng tu phạm hạnh
Biếng nhác, chẳng tiền tài
Già, như cò thảm hại
Đứng giữ ao trống không.

327.
Trẻ chẳng biết giữ giới
Chẳng dành dụm của tiền
Lúc già suy, lực kiệt
Than vãn nào ích chi!

328.
Già như lá mùa thu
Nhớp nhơ và rách rưới
Mạng dứt, hết kiếp người
Hối hận làm chi nữa!

329.
Ngày đêm mạng qua mau
Cần kịp thời nỗ lực
Đời không gì chắc thật
Chớ lầm đọa hang sâu.

330.
Phải cần cầu trí tuệ
Học thắp sáng tánh linh
Đừng để nhiễm ô mình
Dùng tuệ quán diệu đạo.

KINH PHÁP CÚ BẮC TRUYỀN

Phẩm 20:
YÊU BẢN THÂN[38]

[565c] Phẩm YÊU BẢN THÂN gồm 13 bài kệ: cốt khuyên răn người học, trọn ích lợi bản thân, nhằm diệt tội tăng phước.

331.
Ai yêu bản thân mình
Cẩn thận, luôn nhiếp thủ
Giải thoát, hằng mong cầu
Siêng học, đừng ham ngủ.

332.
Với mình thì trước hết
Thường nỗ lực học hành
Khiến trí tuệ tiến nhanh
Dạy người không mỏi mệt.

333.
Trước, học sửa bản thân
Sau, dạy người đoan chánh
Đặt mình trong trí tuệ
Ngôi cao chắc chắn thành.

---

[38] Phẩm Yêu bản thân (tức ái thân 愛身), tương đương Pāli, phẩm 12, Atta vagga.

334.
Bản thân chưa lợi ích
Há lợi lạc cho người?
Điều phục thân tâm rồi
Việc gì chẳng viên mãn.

335.
Những gì mình tạo tác
Sau tự chuốc khổ đau
Nó trở lại hại mau
Như kim cương mài ngọc.

336.
Tội lỗi kẻ phá giới
Tràn lan như dây leo
Dục tình nối gót theo
Nghiệp ác ngày thêm lớn.

337.
Làm ác, khiến thân tàn
Người ngu cho là dễ
Làm thiện, thân an lạc
Họ lại bảo khó ghê!

338.
Bậc chân nhân thường dạy
Lấy đạo nuôi pháp thân
Kẻ ngu sinh ác kiến
Khinh miệt lời thánh hiền
Làm ác, khổ vô ngần
Như gieo hạt giống đắng.

339.
Kẻ gieo ác chuốc họa
Người làm thiện an hòa
Họa phước tự chín muồi
Nào ai thay đổi được
Làm thiện, thiện đơm hoa
Như gieo hạt giống ngọt.

340.
Lợi mình và lợi người
Một đời không uổng phí
Muốn biết mình an vui
Nghe pháp, giữ giới kỹ.

341.
Muốn sinh về thiên giới
Để dứt khổ thân ta
Hãy vui ưa nghe pháp
Ghi nhớ lời Phật-đà.

342.
Cuộc sống phải lo xa
Nhưng đừng quên thức tỉnh
Tâm ý thường thanh tịnh
Mỗi giờ khắc trôi qua.

343.
Ai đảm đương nhiều việc
Lâu xa mới tựu thành
Việc lợi mình làm nhanh
Sở nguyện ắt viên mãn.

Phẩm 21:
THẾ TỤC[39]

[566a] Phẩm THẾ TỤC gồm 14 bài kệ, bàn về: Cõi đời toàn hư huyễn, cần bỏ mọi phù hoa, gắng tu tập hoằng hóa.

344.
Như xe bỏ đường lớn
Phẳng bằng và tốt đẹp
Vào đường cong, nhỏ hẹp
Trục xe gãy, ưu sầu.

345.
Lìa chánh pháp cũng vậy
Phi pháp sẽ tăng mau
Sẽ chuốc khổ đớn đau
Ngu si cho đến chết.

346.
Ai thuận theo chánh đạo
Không chạy theo nghiệp tà
Đi, đứng, nằm an hòa
Đời đời không chuốc khổ.

---

[39] Phẩm thế tục 世俗, tương đương Pāli, phẩm 13, Loka vagga.

347.
Muôn vật như bọt nổi
Ý, ngựa chạy cuối trời
Đời sống mãi đổi dời
Vui chi khi chìm nổi?

348.
Ai dứt tâm đắm chấp
Nhổ cội gốc huyễn hư
Ngày đêm cứ nhất như
Sẽ thành tựu chánh định.

349.
Thi thoảng có niềm tin
Tựa như người an lạc
Khi buồn bực, biếng nhác
Chỉ giỏi biết uống ăn
Bọn người ấy ngày đêm
Thân tâm luôn loạn động.

350.
Phàm phu do mù quáng
Chẳng thấy đạo thật chân
Giả như thấy chút phần
Cần dốc tâm trưởng dưỡng.

351.
Như nhạn dẫn bầy đàn
Thoát cạm bẫy vút cao
Người trí dạy thế gian
Vượt thoát mọi tà giáo.

352.
Đâu có ai sống mãi
Ba cõi chẳng gì an
Cõi trời dù vui thật
Phước hết cũng hoại tan.

353.
Hãy nhìn cuộc đời xem
Không ai sống chẳng chết
Muốn chuyện này chấm hết
Phải hành đạo thật chân.

354.
Phàm phu trong thiên hạ
Lòng tham khiến đui mù
Tà, nghi chối bỏ đạo
Do khổ, ngu mà ra.

355.
Kẻ ăn nói ngông cuồng
Phỉ báng chân thật đạo
Chắc chắn trong đời sau
Không ác nào không tạo.

356.
Cho dù ông gom chứa
Của cải ngất trời cao
Trải khắp cả đất dày
Đâu bằng ông thấy đạo.

357.
Với phàm phu ngu muội
Làm ác, tưởng làm lành
Ái, ngỡ không tham ái
Chấp khổ lấy làm vui. **(HẾT QUYỂN THƯỢNG)**

QUYỂN HẠ

(gồm 18 phẩm, 402 bài kệ)

Việt dịch: Thích Nguyên Hùng

Phẩm 22
ĐỨC PHẬT[40]

[567a] Phẩm ĐỨC PHẬT gồm 21 bài kệ, nói về: Minh và Hạnh của Phật, làm quy tắc sáng soi, lợi lạc cả trời người.

358.
Tự thắng, không dư tàn
Phật hơn cả thế gian
Trí sáng suốt không lường
Dẫn kẻ mù vào đạo.

359.
Lưới ái đã rách toang
Hết buộc ràng, neo đậu
Trí Phật quá sâu mầu
Chẳng ai tìm được dấu[41].

360.
Dũng mãnh quyết một lòng
Ngày đêm chẳng luống không
Xuất gia đoạn ái dục
Học chánh niệm sáng trong.

---

[40] Thuật Phật phẩm. Tương đương Pāli, phẩm 14, Buddhavagga.
[41] Tham chiếu Pāli: apadaṃ kena padena nessatha? HT. Minh Châu dịch: Ai dùng chân theo dõi/ Bậc không để dấu tích?

361.
Thấy chân lý, vô nhiễm
Vượt cả năm đường hiểm [42]
Phật soi sáng muôn phương
Trừ khổ đau sầu tưởng.

362.
Được làm người, đã khó
Sống trường thọ, khó hơn
Phật ra đời, hiếm có
Được nghe pháp, khó hơn.

363.
Ta chẳng thầy dạy bảo
Không bằng hữu, cô thân
Chuyên thiền định, thành Phật
Thánh đạo tự nhiên thông.

364.
Thuyền sư [43] khéo qua sông
Lấy tinh tấn làm cầu.
Người bị họ hàng buộc [44]
Ai thoát là kiện hùng.

365.
Phật, đoạn mọi nẻo ác
Phạm chí, chăm hành thiền
Pháp học, trừ đói khát
Tăng, đoạn ái dục duyên.

---

[42] Năm đường (tức ngũ đạo 五道, ngũ thú 五趣): năm con đường mà chúng sanh phải đi qua, tùy theo nghiệp của mình, gồm địa ngục, ngạ quỷ, súc sanh, người và trời.

[43] Thuyền sư 船師: một danh hiệu khác của Phật. Phật giáo hoá chúng sinh, khiến cho tất cả đều vượt qua biển sinh tử, đến bờ niết-bàn, giống người thuyền trưởng đưa người qua sông, vượt biển, nên tôn xưng Phật là Đại thuyền sư. Tham chiếu Trường A-hàm, kinh Du hành: *Phật là hải thuyền sư/ Pháp là cầu sang sông/ Là chiếc xe Đại thừa/ Đưa hết thảy trời, người./ Cũng tự mình cởi trói,/ Sang sông, lên bậc Thánh/ Khiến tất cả đệ tử,/ Cởi trói, đến Niết-bàn.*

[44]

366.
Phật nói niết-bàn cao
Các hạnh, nhẫn đứng đầu
Sa-môn trừ điều ác
Không nhiễu hại ai đâu.

367.
Không nhiễu hại đến ai
Đúng giới luật nghiêm trì
Bỏ tham thân, ăn ít
Sống ẩn cư núi rừng
Ngộ chân lý, tuệ sáng
Là lời Phật kính vâng !

368.
Chớ tạo các điều ác
Siêng làm các hạnh lành
Giữ tâm ý tịnh thanh
Là lời chư Phật dạy.

369.
Phật là bậc tôn quý
Lậu tận, sạch lỗi lầm
Pháp vương dòng họ Thích
Muôn loài đều ngưỡng tôn.

370.
Vui thay, nhờ phước báo
Sở nguyện được viên thành
Chứng tịch tịnh thật nhanh
Niết-bàn tự mình đến.

371 và 372.
Tìm nhiều chỗ gá nương
Như thần cây, sông, núi
Lập miếu thờ, họa tượng
Cúng tế để cầu may

Ai gá nương như vậy
Không tối thượng nhiệm mầu
Bởi thần kia đâu đến
Giúp ta hết khổ đau! [45]

373.
Ai phát nguyện nương về
Phật, Pháp, Tăng thanh tịnh
Nương theo tứ Thánh đế [46]
Chánh tuệ rạng tâm mình.

374.
Nẻo sanh tử khổ đau
Lấy tứ đế làm cầu
Độ đời, bát chánh đạo
Mọi đau khổ qua mau.

375.
Nương tựa nơi Tam bảo
Là tối thượng an lành
Mọi đau khổ qua nhanh
Vì nơi đây thuần tịnh.

---

[45] Hai bài kệ này giống bài kệ 743.
[46] Nguyên bản ghi 道德四諦. Từ 道德, trong thời kỳ đầu dịch kinh, từ này dùng thay thế cho chữ Thánh. Ví dụ: 道德弟子 (Ariyasāvaka), tức Thánh đệ tử. Xem, *kinh Tứ đế*, *kinh Ấm trì nhập*, do An Thế Cao dịch, đã dùng chữ này.

376.
Trí thức hay trung lưu
Vô tham, chí hướng đạo
Người ấy nhiệm mầu thay
Vì đã quy y Phật!

377.
Người trí rất khó tầm
Cũng khó được kết thân
Chủng tộc nào họ đến
Lớn nhỏ được bình an.

378.
Vui thay Phật ra đời
Vui thay Pháp được thuyết
Vui thay Tăng hòa hợp
Hòa hợp thường an vui.

Phẩm 23

AN NINH[47]

[567b] Phẩm AN NINH gồm 14 bài kệ: so sánh an và nguy; bỏ điều ác liền thiện, vui mà chẳng đọa lạc.

379.
Ta sống rất an vui
Không giận hờn oán hận
Giữa những người oán giận
Ta sống không giận hờn.

380.
Ta sống rất an vui
Không bệnh giữa ốm đau
Giữa những người ốm đau
Ta sống không đau ốm.

381.
Ta sống rất an vui
Không lo giữa lo buồn
Giữa những người lo buồn
Ta sống chẳng buồn lo.

---

[47] Tương đương Pāli, phẩm 15, Sukhavagga.

382.
Ta sống rất an nhàn
Vô vi và thanh tịnh
Thức ăn là hỷ lạc[48]
Như cõi trời Quang Âm.

383.
Ta sống rất an vui
Đạm bạc và vô sự
Dù ở trong lửa dữ
Nào thiêu đốt được Ta?

384.
Hơn người thì chuốc oán
Thua người ta thở than
Tâm không còn háo thắng
Lòng ta tự bình an.

385.
Lửa nào bằng lửa dâm
Độc nào hơn tức giận
Khổ nào bằng khổ thân
Vui nào hơn tịch tịnh.

386.
Ưa chi niềm vui nhỏ
Cần chi chút biện tài
Phải cầu mong đại trí
Mới an ổn lâu dài.

387.
Ta là đấng Pháp vương
Thấu triệt lẽ vô thường
Chân thật vượt ba cõi
Một mình hàng ma vương.

---

[48] Dĩ lạc vi thực: Lấy niềm vui làm thức ăn.

388.
Vui thay được trông thấy
Và nương tựa Thánh nhân
Lìa xa kẻ ngu đần
Ở một mình cũng tốt.

389.
Vui thay giữ chánh đạo
Đem pháp diễn muôn nơi
Không đua tranh với đời
Trì giới thường an lạc.

390.
Ở chung với Thánh hiền
Vui như gặp người thân
Gần với bậc trí nhân
Thấy nghe càng cao rộng.

391.
Thọ mạng thật ngắn ngủi
Biết bao kẻ lìa đời
Cần phải học pháp yếu
Khiến suốt đời an vui.

392.
Muốn được vị cam lồ
Lìa dục, vui diệt đế.
Muốn thoát sanh tử khổ
Đoạn dục, nếm cam lồ.

Phẩm 24

HAM VUI[49]

[567c] Phẩm này có tên chữ Hán là Hảo hỷ, gồm 12 bài kệ : cấm người vui thái quá ; nếu không còn tham dục thì chẳng chuốc ưu phiền.

393.
Trái đạo, thuận ý mình
Thuận đạo, trái ý mình
Đam mê, bỏ điều nghĩa
Là thuận theo ái tình.

394.
Đừng chạy theo người thương
Đừng lánh xa kẻ ghét
Thương không gặp, lo buồn
Ghét gần nhau, cũng khổ.

395.
Đừng kết dây luyến ái
Thương ghét khổ dằng dai
Muốn đoạn dây ràng buộc
Đừng thương ghét một ai.

---

[49] Tương đương Pāli, phẩm 16, Piyavagga.

396.
Luyến ái sanh lo buồn
Luyến ái sanh sợ hãi
Ai luyến ái không còn
Đâu buồn lo sợ hãi?

397.
Ham vui sanh lo buồn
Ham vui sanh sợ hãi
Ai dục lạc không còn
Đâu buồn lo sợ hãi?

398.
Tham dục sanh buồn lo
Tham dục sanh sợ hãi
Giải thoát khỏi tham dục
Đâu sợ hãi buồn lo?

399.
Ưa học pháp, giữ giới
Biết hổ thẹn, chí thành
Thân cận đạo thực hành
Được mọi người thương kính.

400.
Tâm ái dục không sinh
Chánh tư duy rồi nói
Tâm không còn tham ái
Là cắt dòng tử sinh.

401 và 402
Như người đã đi xa
Bình an trở về nhà
Người thân đều hoan hỷ
Lớn nhỏ mừng hoan ca.

Người tu phước cũng vậy
Từ đây đến bờ kia
Phước ấy chẳng xa lìa
Như người thân đoàn tụ.

403.
Mới bước chân vào đạo
Ngừng dứt mọi ý tà
Kẻ ác phải lánh xa
Thân gần thiện tri thức.

404.
Gần đạo và xa đạo
Khoảng cách thật khác nhau
Xa đạo, đọa địa ngục.
Gần đạo, được lên cao..

Phẩm 25

TỨC GIẬN[50]

[568a] Phẩm này có tên chữ Hán là Phẫn nộ, gồm 26 bài kệ. Nội dung nói về: thấy tai hại sân hận, hãy khoan dung nhân từ; trời hộ vệ, người thương.

405.
Tức giận không thấy pháp
Tức giận không biết đạo
Ai trừ được tức giận
Phước lạc thường theo thân.

406.
Tham dục không thấy pháp
Ngu si chuốc luỵ phiền
Tham sân si diệt hết
Phước đức lớn vô biên.

407.
Ai kềm được cơn giận
Như hãm xe lao nhanh
Là người đánh xe rành
Khéo bỏ tối vào sáng.

---

[50] Tương đương Pāli, phẩm 17, Kodhavagga.

408.
Nhẫn nhục thắng sân hận
Hiền thiện thắng hung tàn
Bố thí thắng xan tham
Chân thật thắng hư dối.

409.
Tâm không giận, không dối
Không tham tranh với đời
Được ba việc ấy rồi
Chết sanh về thiên giới.

410.
Ai khéo giữ thân mình
Tâm từ, không sát hại
Chết sinh về thiên giới
Đến đó, hết bi ai.

411.
Tâm ý thường tỉnh giác
Siêng tu học ngày đêm
Lậu hết, tâm giải thoát
Là đến được niết-bàn.

412.
Người ta ưa chỉ trích
Vốn là lẽ trong đời
Đã chê kẻ lắm lời
Lại khinh người ít nói
Ghét luôn người hòa nhã
Thiên hạ chẳng chừa ai.

413.
Phàm phu còn ham muốn
Chẳng điều phục tâm mình
Bởi lợi danh trói buộc
Nên khen chê nảy sinh.

414.
Người minh triết mở lời
Ngợi khen bậc hiền thiện
Người trí tuệ giữ giới
Không nói lời thị phi.

415.
Chớ buông lời phỉ báng
Bậc La-hán chơn thường
Vì Đế Thích, Phạm vương
Và cõi Người xưng tụng.

416.
Thường cẩn trọng giữ thân
Để ngăn ngừa sân giận
Thân từ bỏ việc ác
Tiến tu đức hạnh lành.

417.
Cẩn trọng khi nói năng
Để ngăn ngừa sân giận
Từ bỏ lời nói ác
Thường tụng tập pháp lành.

418.
Cẩn trọng giữ tâm mình
Để ngăn ngừa sân giận
Từ bỏ tâm niệm ác
Chỉ tư duy niệm lành.

419.
Giữ khẩu nghiệp, bản thân
Thường chế phục tâm ý
Hành đạo bỏ tâm sân
Nhẫn nhục là bậc nhất.

420.
Diệt sân, lìa kiêu mạn
Dứt tham ái buộc ràng
Không vương vào danh sắc
Khổ hết trú niết-bàn.

421.
Hóa giải mọi sân giận
Chế ngự tính tham dâm
Trút bỏ mọi si ám
Người này luôn được an.

422.
Hết giận ngủ ngon giấc
Lòng thanh thản bình an
Giận hờn, gốc rễ độc
Người tu tâm dịu dàng
Lời hay được xưng tán
Đoạn dứt hết nguy nan.

423.
Cùng chí hướng, thân gần[51]
Mới hay toàn làm ác
Sau lại nổi tức giận
Lửa bức não thiêu thân.

---

[51]Tham khảo : 志同道合之人（本来）相互亲近,（却）假装不知故意为恶；後来分别之後留下愤恨,（余恨）之火燃烧自我烦恼不已 (https://site.douban.com)。Xem thêm *Pháp cú Nhật ngữ* : あしきなかまをもつゆえに , http://www.geocities.jp/higefuji2767/hokku-25.htm.

424.
Ai không biết hổ thẹn
Phá giới, hay giận hờn
Bị giận hờn dẫn dắt
Như mùa vụ quay vòng.

425.
Có sức làm quân gia
Gầy hao chọn nhu hòa
Nhẫn nhục hơn tất cả
Nên thường hay nhẫn nhục.

426.
Bị mọi người phỉ nhổ
Có sức, hãy khiêm cung
Nhẫn nhục mạnh vô cùng
Nên thường hay nhẫn nhục.

427.
Người tranh giành với ta
Có ba điều đáng sợ[52]
Khi họ đầy sân nhuế
Phải diệt giận trong ta.

428.
Cả hai cùng thân cận
Ta khuyên nhủ người kia
Biết họ còn tức giận
Ta phải kiềm chế thân.

---

[52] Giữa ta và người kia có ba cái sợ lớn: hoặc mình, hoặc người kia, hoặc cả hai sẽ bị tổn thất bởi cái giận.

429.
Kẻ ngu dùng lời ác
Muốn hơn bậc thánh hiền
Ai muốn điều phục họ
Giữ im lặng mặc nhiên.

430.
Phàm những người xấu ác
Lấy giận trả oán hờn
Không lấy giận trả giận
Là người sáng suốt hơn..

Phẩm 26
TRẦN CẤU[53]

[568b] Phẩm TRẦN CẤU gồm có 19 bài kệ: phân biệt pháp đục, trong; học cần luôn sáng sạch, điều ô nhục chớ làm.

431.
Sống không làm điều lành
Chết rơi vào đường ác
Đến đó chẳng tư trang
Chịu khổ không gián đoạn.

432.
Trí tuệ, chăm cần cầu
Thắp sáng tâm thiền định
Trừ cấu uế, vô nhiễm
Thoát khỏi thân khổ đau.

433.
Người trí, bước thong dong
An nhiên và tinh tiến
Tâm cấu uế lắng đọng
Như thợ luyện vàng ròng.

---

[53] Tương đương Pāli, phẩm 18, Malavagga.

434.
Xấu ác từ tâm sinh
Trở lại hại thân mình
Như sắt sinh rỉ sét
Lại ăn dần chính mình.

435.
Không tụng, lời sẽ bẩn
Biếng nhác, nhà bụi nhơ
Không nghiêm, thân ta bẩn
Buông lung, hỏng mọi việc.

436.
Keo kiệt, huệ thí mờ
Bất thiện, nghiệp lành nhơ
Đời này, đời sau nữa
Ác pháp luôn phủ mờ.

437.
Trong các loại bẩn ấy
Ngu si, bẩn khôn lường
Hãy học bỏ điều ác
Thành tỳ-kheo cao thượng.

438.
Sống lỗ mãng, vô sỉ
Như con quạ mỏ dài
Mặt dày, cam phận nhục
Là đời sống bẩn thay.

439.
Liêm sỉ đời tuy khổ
Vì nghĩa, sống thanh bần
Sợ nhục, nên không dối
Xứng danh đời tịnh thanh.

440.
Người ngu ưa giết hại
Lời nói luôn dối lừa
Của không cho cũng lấy
Vợ người ta, chẳng chừa.

441.
Cứ mặc tình phạm giới
Say sưa trong rượu chè
Người này muôn đời kiếp
Tự đào gốc rễ mình.

442.
Người sống trong tỉnh giác
Điều ác dám nghĩ đâu
Kẻ ngu làm việc xấu
Tự đốt mình dài lâu.

443.
Hãy tín tâm bố thí
Chớ đừng vì hư danh
Ưa tô phết hư danh
Không vào dòng định tĩnh.

444.
Đoạn trừ mọi tham muốn
Tận ý căn ngọn nguồn
Ngày đêm luôn một lòng
Tất vào dòng định tĩnh.

445.
Đắm dục nhiễm bụi trần
Bụi trần sinh phiền não
Ai không nhiễm, không hành
Hết ngu thành thanh tịnh.

446.
Thấy người bị sa ngã
Ta phải chợt giật mình
Vướng dục, tự dối mình
Lậu tận, mới thanh tịnh.

447.
Sức lửa nào hừng hực
Cho bằng lửa dâm tà
Con đường nào nhanh qua
Cho bằng cơn phẫn nộ
Lưới nào đan dày kín
Cho bằng lưới ngu si
Sông nào cuồn cuộn đi
Cho bằng sông ái dục.

448.
Hư không không vết dấu
Sa-môn không ngoại cầu[54]
Chúng sanh đều ưa - ghét
Phật thanh tịnh nhiệm mầu.

449.
Hư không không vết dấu
Sa-môn không ngoại cầu
Thế gian, đều hư huyễn
Phật thanh tịnh nhiệm mầu !

---

[54] Sa-môn không tìm cầu cái gì ở bên ngoài. Tham chiếu Pháp cú Pāli, phẩm 18. Malavagga : Ngoại đạo không sa-môn

Phẩm 27
PHỤNG TRÌ[55]

[568c] Phẩm PHỤNG TRÌ có 17 bài kệ: giải thích ý nghĩa đạo; pháp quý nơi đức hạnh; đừng phung phí, tham lam.

450.
Kẻ mến đạo tu hành
Không tranh đua lợi danh
Có lợi hay không lợi
Không tham đắm, mê lầm.

451.
Thường ham ưa việc học
Tâm ngay thẳng thực hành
Nuôi hoài bão tuệ giác
Là tu học chánh chân.

452.
Được gọi bậc trí nhân
Chưa hẳn do khéo thuyết
Tâm không còn khiếp nhược
Thuần thiện mới trí nhân.

---

[55] Tương đương Pāli, phẩm 19, Dhammaṭṭhavagga.

453.
Người phụng trì Phật pháp
Chẳng phải do nói nhiều
Dù chẳng nghe bao nhiêu
Nhưng y pháp tu tập
Giữ mối đạo chẳng mất
Là phụng pháp chân thành.

454.
Được gọi là trưởng lão
Đâu hẳn vì tuổi cao
Dù già nua, tóc bạc
Ngu dốt được chi nào?

455.
Thường nhớ nghĩ chánh pháp
Minh đạt và thanh cao
Theo nếp sống nhân từ
Mới xứng danh trưởng lão.

456.
Dù xinh đẹp như hoa
Nhưng tham, ganh, dối trá
Nói, làm đều điêu ngoa
Đâu ra người đoan chánh?

457.
Ai dứt trừ việc ác
Tận gốc rễ ngọn ngành
Trí tuệ, không giận hờn
Mới ra người đoan chánh.

458.
Được gọi là sa-môn
Không phải vì cạo đầu
Nếu dối, tham, chấp thủ
Có khác người phàm đâu ?

459.
Ai ngừng dứt việc ác
Hoằng Phật đạo rộng sâu
Tâm tịnh, ý tịch lặng
Là sa-môn đứng đầu.

460.
Dù được gọi tỳ-kheo
Hành khất thực phi thời
Tà hạnh và phóng đãng
Tỳ-kheo danh huyễn thôi!

461.
Ai siêu việt tội phước
Đời phạm hạnh trong veo
Trí tuệ phá nghiệp ác
Đó mới là tỳ-kheo.

462.
Được gọi là hiền minh
Đâu phải vì câm nín
Nếu dụng tâm bất tịnh
Chỉ cái vỏ hiền minh!

463.
Người đạt tới vô ngã
Nội tâm đã rỗng rang
Trong ngoài đều thênh thang
Xứng danh bậc minh triết.

464.
Chẳng phải cứu một loại
Mà cứu khắp muôn loài
Đi trên đường bất hại
Mới xứng bậc thanh cao !

465.
Giữ giới, chẳng ai bình
Ta tu hành chân thật
Và đạt được thiền định
Là do khéo khép mình !

466.
Ý muốn cầu được an
Chớ tập pháp thế gian.
Kết sử chưa đoạn tận
Há thoát được cõi trần?

Phẩm 28:
CON ĐƯỜNG GIẢI THOÁT[56]

[569a] Phẩm này có tên chữ Hán là Đạo Hành, gồm 28 bài kệ: đại ý thuần chỉ bày, mở con đường giải thoát, vốn vô cùng mầu nhiệm.

467.
Bốn đế, tám thánh đạo
Pháp tích[57] vô thượng tôn
Phạm hạnh, không gì hơn
Cúng đèn được pháp nhãn[58].

468.
Đường này hết sợ hãi
Kiến tịnh[59], độ muôn sinh
Đường này hoại ma binh
Gắng thực hành, hết khổ.

---

[56] Tương đương Pāli, phẩm 20, Maggavagga.
[57] Pháp tích: Dấu tích của của Pháp. Con đường dẫn đến quả thánh.
[58] Nguyên bản chép: 施燈必得眼. Nghi nhầm. Câu này không liên hệ với ba câu trên. Tham chiếu Pāli: dvipadānaṃ ca cakkhumā, pháp nhãn đấng siêu quần.
[59] Kiến tịnh 見淨. Pāli: diṭṭhivisuddha. Thấy biết rõ ràng, nhãn quan trong sáng, đã được tịnh hóa.

469.
Ta đã mở con đường
Đường lớn, sáng lạ thường
Nghe rồi lo tu tập
Tu tập thoát tai ương.

470.
Hãy dùng tuệ quán chiếu
Sanh tử - khổ - vô thường
Muốn thoát mọi đau thương
Phải siêng năng hành đạo.

471.
Hãy dùng tuệ quán chiếu
Sanh tử - không - vô thường
Muốn thoát mọi đau thương
Phải siêng năng hành đạo.

472.
Lúc dậy cần mau dậy
Đừng ngu si vùi thây
Mắt không mở ra được
Làm sao tu được đây?

473.
Niệm đáng niệm là chánh
Niệm không đáng là tà
Tuệ quán, tà không khởi
Chánh niệm thật cao xa.

474.
Khéo giữ ý, giữ lời
Thân hành chẳng buông lơi
Ba nghiệp ác trừ rồi
Phật nói bậc đắc đạo.

475.
Chặt cây không tận gốc
Chồi nhánh sẽ lại sanh
Bứng gốc hết ngọn cành
Tỳ-kheo chứng tịch diệt.

476.
Không đốn tận gốc rễ
Cội luyến ái họ hàng
Ái dục thêm buộc ràng
Như nghé con nhớ mẹ.

477.
Đoạn tận gốc ý dục
Sinh tử hết bến bờ
Đạo quả ắt đang chờ
Mau chóng đắc tịch tịnh.

478.
Tham dục khiến mau già
Bệnh do giận mà ra
Ngu si mở cửa chết
Đắc đạo, trừ cả ba.

479.
Buông niệm trước, giữa, sau
Vượt sang bờ tịch tĩnh
Mọi ý niệm lắng định
Già chết hết theo nhau.

480.
Ai đắm luyến vợ con
Không quán thấy tật bệnh
Khi cái chết đến gần
Nhanh như dòng nước xiết.

481.
Cha không cứu được con[60]
Còn trông chi thân bằng?
Khi mạng hết nhờ họ
Như kẻ mù nhờ đèn.

482.
Tuệ, giải thoát do tâm
Nên siêng tu kinh, giới
Chăm cứu thế, độ đời
Vơi đi bao đau khổ.

483.
Xa lìa mọi vực thẳm
Như gió thoảng mây trôi
Đã diệt vọng tưởng rồi
Được tri kiến thanh tịnh.

484.
Lấy tuệ làm sự nghiệp
Sống đạm bạc, vô vi
Như chánh pháp thọ trì
Cắt đứt dòng sinh tử.

485.
Bằng cái nhìn tuệ giác
Thấy các hành[61] là không[62]
Nhàm chán thế gian khổ
Nhập chánh đạo vào dòng.

---

[60] Cha không cứu được con, hay bà con cứu nhau (Xem Kinh Tập, kinh Mũi tên, Sn.112 : Na pitā tāyate puttaṃ, ñātī vā pana ñātake).

[61] Hành 行 (S: saṃskāra): chỉ các pháp hữu vi, do nhân duyên tạo thành.

[62] Pāli, kệ 277 : *Tất cả hành vô thường.*

486.
Bằng cái nhìn tuệ giác
Thấy các hành đều khổ
Nhàm chán thế gian khổ
Nhập chánh đạo vào dòng.

487.
Bằng cái nhìn tuệ giác
Thấy các hành vô ngã
Nhàm chán thế gian khổ
Nhập chánh đạo vào dòng.

488.
Tâm thế ngươi hiện nay
Bị trúng mũi tên ái
Nên hãy tự gắng sức
Thọ trì lời Như lai.

489.
Như Lai đã vắng lặng
Hết sanh tử đến đi
Chẳng còn dây ái gì
Giáo nghĩa là mắt pháp.[63]

490.
Biển ôm trọn muôn dòng
Đủ đầy bao hương vị
Pháp dành cho người trí
Chỉ thuần vị cam lồ.

---

[63] Sở diễn vi đạo nhãn 所演為道眼: Pháp Phật nói ra từ sự chứng ngộ, từ con mắt đã thấy đạo.

491.
Trước chưa nghe Pháp âm
Thương chúng sanh, Phật chuyển
Ai tôn kính, phụng hành
Sẽ vượt thoát tử sanh.

492.
Ba niệm ý, miệng, thân
Dù thiện hay bất thiện
Do niệm nên nghiệp chuyển
Hãy diệt bằng Chánh cần.

493.
Ba định [64] làm nhân duyên
Buông xả [65], hành vô lượng [66]
Ba định diệt ba nghiệp [67]
Kết sử đoạn hết liền.

494.
Biết lấy giới ngăn ác
Vui chánh niệm, tuệ giác
Đã biết đời bại thành
Tịnh tâm đạt giải thoát.

---

[64] Ba định: 1. Định có tầm có tứ; 2. Định không tầm, có tứ; 3. Định không tầm, không tứ.
[65] Nguyên tác ghi khí ý, 棄猗, xả niệm thanh tịnh.
[66] Phát huy Tứ vô lượng tâm.
[67] Trụ ở Tứ thiền, nhập vào định thanh tịnh, không còn khởi tưởng chấp trước, tất cả kết sử sẽ nhanh chóng được diệt trừ.

Phẩm 29:
QUẢNG DIỄN[68]

[569c] Phẩm QUẢNG DIỄN có 14 bài kệ: luận về thiện và ác, tích nhỏ mà thành to, minh chứng qua Pháp cú.

495.
Tặng niềm vui dù nhỏ
Phước báo lại rất to
Tặng tuệ giác dù nhỏ
Hưởng phước trí thêm to.

496.
Gây khổ cho người khác
Mà mong được bình an
Thì rước họa vào thân
Tự gây thêm thù hận.

497.
Làm toàn chuyện bao đồng
Việc nào cũng viễn vông
Lại buông lung ca hát
Nghiệp ác thêm ngập dòng.

---

[68] Tương đương Pāli: phẩm 21, Pakiṇṇakavagga.

498.
Tập tinh tiến, tu thân
Làm việc đáng nên làm
Tỉnh giác, không làm ác
Là chánh nghiệp tu hành.

499.
Tư chất vốn thông minh
Lại học hỏi thật tình
Như dầu loang mặt nước
Người ấy càng thông minh.

500.
Vốn chẳng mấy trí tuệ
Lại biếng nhác hỏi han
Tâm trí càng xơ cứng
Bơ vào nước há tan ?

501.
Gần đạo trí sáng ngời
Như lên núi tuyết cao
Xa đạo đời đen tối
Như tên bay trong đêm.

502.
Đệ tử Phật nhớ rằng
Phải thường xuyên tỉnh giác
Ngày đêm luôn niệm Phật
Niệm Pháp và niệm Tăng.

503.
Đệ tử Phật nhớ rằng
Phải thường xuyên tỉnh giác
Ngày đêm tu thiền quán
Đạt an lạc nhất tâm.

504.
Ai muốn được sống lâu
Mỗi lần ăn biết đủ
Bệnh khổ sẽ giảm mau
Nhờ uống ăn điều độ.

505.
Học khó, bỏ lỗi khó
Tu tại gia khó hơn
Hội họp đồng lợi khó
Khó nhất, không lỗi lầm.

506.
Tỳ-kheo khất thực khó
Sao không tự vươn lên
Tinh tấn đạt tự tại
Sau khỏi cầu cạnh ai?

507.
Có tín, giới sẽ thành
Từ giới, phước quả sanh
Khi tín, giới song hành
Nơi nơi người kính phụng.[69]

508.
Ai đi, đứng, nằm, ngồi
Chánh niệm chẳng buông xuôi
Điều phục thân chuyên nhất
Tâm vui giữa núi đồi.

---

[69] Bài này giống kệ 077.

Phẩm 30:

ĐỊA NGỤC[70]

[570a] Phẩm ĐỊA NGỤC có 16 bài kệ: rằng việc nơi địa ngục, làm ác thọ tai ương, nghiệp dẫn không dừng bước.

509.
Vọng ngữ rơi địa ngục
Làm rồi lại chối phăng
Đời sau tội càng tăng
Nghiệp đã gieo tự gánh.

510.
Dẫu thân mặc pháp y
Việc ác không kiềm chế
Làm ác chẳng kiêng nể
Chết địa ngục phải đi.

511.
Phá giới, nhận vật thực
Lẽ nào chẳng hại thân?
Chết nuốt hòn sắt nóng
Lửa thiêu cháy thành than.

---

[70] Tương đương Pāli, phẩm 22, Nirayavagga.

512.
Buông lung có bốn họa:
Dễ tơ tưởng vợ người (1)
Bất lợi ở mọi nơi (2)
Bị người đời phỉ nhổ (3)
Tính dục lại tăng thêm (4).

513.
Không phước lợi, đọa lạc
Hoảng sợ, hết niềm vui
Bị vương pháp dập vùi
Chết tan xương địa ngục.[71]

514.
Thí như nhổ cỏ may [72]
Nắm vào dễ đứt tay
Thọ giới không giữ giới
Địa ngục mình tự gây.

515.
Kẻ biếng lười, tự cao
Chẳng trừ được trần lao
Phạm hạnh không trọn vẹn
Chẳng được chút phước nào.

---

[71] Tham chiếu Pāli, kệ 310.

[72] Cỏ may (tức gian thảo 菅草): cỏ gian, cỏ may. Pāli: Kuso yathā duggahīto: như vụng nắm cỏ kusa. Cỏ Kusa có danh pháp khoa học là Desmostachya Bipinnata. Kusa là loài cỏ được mô tả trong kinh điển Phật giáo với hai cạnh bên sắc bén, có thể làm đứt tay (Dhp. 311), hoặc dễ bị giật đứt (S.iii,137), hoặc dùng làm áo mặc (D.i, 166; M.ii,162)... Cỏ may và cỏ kusa cùng bộ (Poales) và họ (Poaceae) nhưng khác chi và khác loài. Cỏ may không làm đứt tay, nên trường hợp này phải hiểu là cỏ kusa.

516.
Siêng làm việc chính đáng
Và làm hết khả năng
Bọn ngoại đạo chớ gần
Bụi trần đâu dính dáng.

517.
Làm những điều vô bổ
Ngày sau ắt ăn năn
Làm lành thường may mắn
Không hối hận, luôn an.

518.
Ở trong các hạnh ác
Muốn làm, hoặc đã làm
Thì khổ không thể thoát
Nghiệp đến khó được an.

519.
Nhận hối lộ, dối gian
Bẻ cong điều chân chính
Gièm pha người lương thiện
Bức hiếp hàng thư sinh
Kẻ tạo tội điêu linh
Tự mình rơi ngục tối.

520.
Như phòng bị biên cương
Trong ngoài đều vững chắc
Tự phòng hộ tâm mình
Đừng để phi pháp sinh
Cẩu thả ắt chuốc họa
Khiến rơi vào ngục hình.

521.
Không đáng thẹn, lại thẹn
Đáng thẹn, lại tỉnh bơ
Sống như kẻ ngu ngơ
Chết rơi vào địa ngục.

522.
Không đáng sợ, lại sợ
Đáng sợ, lại coi thường
Sống tin vào tà kiến
Chết đọa ngục thảm thương.

523.
Điều nên gần, không gần
Việc đáng kiêng, không kiêng
Do huân tập tà kiến
Chết rơi vào địa ngục.

524.
Điều đáng gần nên gần
Việc đáng xa nên xa
Chánh kiến chẳng rời ta
Chết đi vào nẻo thiện..

Phẩm 31:
VÍ DỤ CON VOI[73]

[570b] Phẩm này có tên chữ Hán là Tượng Dụ, gồm 18 bài kệ : dạy người đoan chánh thân, làm thiện được quả thiện, hưởng phước báo an vui.

525.
Ta như voi xung trận
Không hề sợ trúng tên
Thường lấy lòng tín thành
Độ người không giới hạnh.

526.
Như voi đã thuần hóa
Được nhà vua thân nghinh
Ai thuần hóa được mình
Mọi người tin, kính trọng.

527.
Dù thường xuyên huấn luyện
Voi giỏi, chạy thật nhanh
Không bằng người khéo léo
Tự điều phục chính mình.

---

[73] Tương đương Pāli, phẩm 23, Nāgavagga.

528.
Voi ngựa không thể chở
Người đi khắp muôn nơi
Chỉ người tự điều phục
Đi khắp cả chân trời.

529.
Như voi tên Tài thủ [74]
Hung dữ khó bảo ban
Trói nó, không cho ăn
Vẫn hung dữ, nhớ đàn.

530.
Cũng vậy, người làm ác
Lấy dây tham buộc mình
Như voi chẳng biết sợ
Nên cứ hoài tái sinh.

531.
Muốn tâm ý chín muồi
Và đến chỗ an vui
Phải hàng phục kết sử
Như luyện voi bằng dùi.

532.
Vui đạo, không phóng túng
Thường khéo giữ tâm này
Khổ bản thân nhổ sạch
Như voi hết sa lầy.

---

[74] Tên Pāli là Dhanapalaka, còn gọi là Tài hộ.

533.
Làm bạn với người tốt
Cùng đi chung đường lành
Thấy nghe chuyển hóa nhanh
Đến nơi không lầm lỗi.

534.
Không gặp bạn hiền minh
Thà quyết sống một mình
Như vua bỏ thành ấp
Lánh xa phường bất minh.

535.
Thà mình ta lương thiện
Hơn kết bạn kẻ ngu
Một mình, không làm ác
Như voi tự phòng hộ.

536.
Một cuộc đời hạnh phúc:
Có bạn tốt, nhu hòa
Cả đời luôn làm phước
Những điều ác lánh xa.

537.
Vui thay ai còn mẹ
Vui thay ai còn cha
Vui thay đời có Đạo
Vui thay đời còn Tăng!

538.
Một cuộc đời an lạc:
Giữ giới, vững niềm tin
Đạt được tuệ giải thoát
Không làm ác vui thay!

539.
Như ngựa đã thuần thục
Điều phục theo ý mình
Tín, tấn, giới và định
Đầy đủ các pháp hành.

540.
Hiểu và hành vững chãi
Nhẫn, hòa, và định tâm
Đoạn trừ tất cả khổ
Ta mặc tình thong dong.

541.
Nhập vào dòng chánh định
Như ngựa luyện đã tinh
Đoạn sân, sạch hết lậu
Hưởng phước trời an lành.

542.
Tự mình chẳng buông lung
Hằng sống trong tỉnh thức
Như ngựa gầy nỗ lực
Bỏ ác thành hiền lương.

Phẩm 32:
ÁI DỤC[75]

[570c] Phẩm ÁI DỤC gồm 33 bài kệ. Nội dung phẩm này: khinh miệt ân ái dâm; người đời bị nó dắt, sinh tai họa khôn lường.

543.
Rong ruổi theo tà hạnh
Dục ái thêm nhánh cành
Lửa ái dục lan nhanh
Như khỉ chuyền hái trái.

544.
Vì ái, khổ muôn vàn
Tham dục vướng thế gian
Ngày đêm lo buồn mãi
Như cỏ tranh mọc tràn.

545.
Người say đắm ái ân
Chưa từng dứt dục tình
Buồn lo, thêm sầu não
Tí tách ngập ao sâu.

---

[75] Tương đương Pāli, phẩm 24, Taṇhāvagga.

546.
Đời sở dĩ buồn lo
Bởi khổ đau muôn hướng
Do ái kia triền phược
Lìa ái hết buồn lo.

547.
Không lo, tâm an lạc
Không ái, hết trần gian
Không lo, không vướng lụy
Không ái, sống bình an.

548.
Ái buộc ràng đến chết
Bởi quyến thuộc họ hàng
Suốt dặm dài buồn tủi
Ái khổ mãi đeo mang.

549.
Người vì đạo tu hành
Chớ say đắm ái ân
Phải nhổ tận gốc ái
Đừng để rễ nảy cành
Chớ như cắt lau sậy
Khiến tâm dục lại sanh.

550.
Như gốc cây sâu, chắc
Dù chặt, vẫn còn lên
Tâm ái chưa trừ hết
Đau khổ còn chịu thêm.

551.
Khỉ vượn bắt khỏi rừng
Thoát lại về chốn ấy
Chúng sanh cũng thế đấy
Thoát ngục, lại chui vào.

552.
Dòng ái dục chảy hoài
Cùng kiêu mạn trần ai
Tư tưởng nhuốm dục vọng
Đâu còn thấy đúng sai.

553.
Dòng tâm ý chảy tràn
Ái kết tựa dây đan
Chỉ có tuệ chân thật
Mới chận dòng tràn lan.

554.
Lặn hụp trong bể ái
Tâm tư cứ miên man
Bể ái sâu không đáy
Già chết còn thêm tăng.

555.
Nhánh cành ái chưa dứt
Lấy tham dục bón thêm
Oán thù nuôi chồng chất
Cuốn kẻ ngu ngày đêm.

556.
Dẫu gông cùm địa ngục
Dẫu vách sắt tường đồng
Nghiệp ái nhiễm vợ con
Còn chắc bền hơn thế.

557.
Ngục ái quá bền chặt
Mấy ai thoát được ra
Chỉ có người đoạn ái
Mới hay thường lìa xa.

558.
Thấy sắc tâm vấn vương
Đâu thấy lẽ vô thường
Kẻ ngu mê sắc đẹp
Nào biết sắc tợ sương.

559.
Cuộn mình trong dục lạc
Như kén quấn thân tằm
Bậc trí khéo đoạn dứt
Mọi thống khổ mất tăm.

560.
Kẻ buông thả tâm mình
Thấy dâm dục là tịnh
Nghiệp ái càng thêm nặng
Tự xây ngục cho mình.

561.
Bậc trí khéo đoạn dục
Thường nhớ nó nhiễm ô
Phá dâm tà hang ổ
Đoạn nỗi lo luân hồi.

562.
Vây mình trong lưới ái
Trùm kín cả thân tâm
Trói buộc mình ở đó
Như cá rúc vào nơm.

563.
Bị già chết rập rình
Như nghé con khát sữa
Lìa dục, diệt ái ân
Ái dục đâu tìm nữa.

564.
Bậc đại trí đi trọn
Con đường phá ngục tù
Thoát nhị biên rối mù
Bước lên bờ giải thoát.

565.
Kẻ phi pháp chớ thân
Ái dục cũng đừng gần
Người chưa vượt ba cõi
Sẽ còn mãi tái sanh.

566.
Thấy rõ tất cả pháp
Mà không vướng pháp nào
Tâm thoát ly ái dục
Tỏ thông thánh ý cao.

567.
Thí nào hơn pháp thí
Vị nào hơn pháp vị
Lạc nào hơn pháp lạc
Ái tận hết khổ đau.

568.
Kẻ bị dây tham buộc
Không thể đến bờ kia
Tham dục gây tai họa
Cho mình và muôn loài.

569.
Tâm ái dục là ruộng
Hạt giống, dâm, nộ, si
Ai vượt qua tức thì
Được phước không hạn lượng.

570.
Ít bạn, nhiều của cải
Mối họa cho người buôn.
Tránh giặc dục hại thân
Người trí diệt tham muốn.

571.
Tham muốn của thân tâm
Đâu chỉ có ngũ dục [76]
Người khéo đoạn tuyệt nó
Mới xứng danh anh hùng.

572.
Không dục, không lo sợ
Lòng một cõi thênh thang
Ái dục thôi gút mắc
Thoát khỏi vực nguy nan.

573.
Dục, ta biết gốc ngươi
Ngươi từ tư tưởng sanh
Ta không còn tơ tưởng
Thì ngươi hết chỗ sanh.

574.
Đốn cây không tận gốc
Chồi nhánh sẽ lại sanh
Đốn cây luôn gốc, ngọn
Tỳ-kheo vào niết-bàn.

---

[76] Ngũ dục, năm đối tượng của sự tham muốn (ngũ dục): tài, sắc, danh, thực, thuỳ.

575.
Gốc ái chưa đoạn tận
Ít nhiều còn nhánh cành
Tâm vướng mắc càng nhanh
Như nghé con tìm mẹ.

Phẩm 33:
LỢI DƯỠNG[77]

[571b] Phẩm LỢI DƯỠNG có 20 bài kệ: gắng giữ mình, ngừa tham; thấy đức, nghĩ đạo nghĩa; đừng để uế tạp sinh.

576.
Chuối trổ buồng rồi chết
Lau đơm bông cũng tàn
La mang thai mất mạng
Người chết bởi lòng tham.[78]

577.
Tham tai hại như thế
Từ gốc si ra đời
Ngu si hại kẻ trí
Đến cổ đứt, đầu rơi.

578.
Bậc hiền trí thấy rõ
Tham vui ít, khổ nhiều
Dù trời mưa bảy báu
Tham chưa đầy bao nhiêu.[79]

---

[77] Không có Pāli tương đương.
[78] Tham cứu: Tiểu phẩm (Cullavagga), chương 7, chia sẻ hội chúng, đoạn 359.

579.
Đệ tử của Phật đà
Vui niềm vui vô dục
Tỉnh giác và lánh xa
Những dục lạc cõi trời. [80]

580.
Tỳ-kheo tham lợi dưỡng
Xa đạo, lạc nẻo tà
Dẫu có ban phát ra
Cũng keo kiệt, hạn hẹp.

581.
Chớ vì chút lợi dưỡng
Khoe mình hạnh tu cao
Xứng tán, ca ngợi nào
Chỉ nhọc tâm, phiền não ?[81]

582.
Ngu bày kế cho ngu
Dục, mạn thêm tăng trưởng
Lạ thay, mất lợi dưỡng
Đường niết-bàn mất luôn.

583.
Tỳ-kheo đệ tử Phật
Thấy sự thật rõ ràng
Lợi dưỡng lòng không màng
Lắng lòng nơi thôn dã.

---

[79] Pāli, kệ 186.
[80] Pāli, kệ 187.
[81] Tham chiếu *kinh Xuất diệu*, 15. ĐTK/ĐCTT, T.4, N°. 0212.

584.
Được cúng, đừng cầu cạnh
Đừng ỷ lại, ngóng trông
Tỳ-kheo còn dựa dẫm
Không định tâm tu hành.

585.
Muốn an thân tuệ mạng
Tự tỉnh giác, lắng tâm
Không lo toan, tính toán
Chuyện y áo, uống, ăn.

586.
Muốn an thân tuệ mạng
Tự tỉnh giác, lắng tâm
Giữ một pháp tu hành
Là sống đời tri túc.

587.
Muốn an thân tuệ mạng
Tự tỉnh giác, lắng tâm
Như chuột nấp trong hang
Ẩn cư, thực hành pháp.

588.
Bớt hưởng thụ, bớt nghe
Giữ giới, tu thiền định
Không biếng lười, thanh tịnh
Được bậc trí ngợi khen.

589.
Nếu thành tựu tam minh
Được vô lậu, giải thoát.
Nếu trí tuệ cỏn con
Thì hiểu, nhớ được gì?

590.
Cũng vì việc uống ăn
Mà theo người cầu cạnh
Bao tánh xấu nảy sanh
Cũng vì tham lợi dưỡng.

591.
Không vâng lời Phật dạy
Chỉ ngưỡng cầu uống ăn
Lợi danh, oán kết tăng
Hạng giả trang thiền tướng.
592.
Phải biết lỗi lầm này
Lợi dưỡng đáng sợ thay!
Tỳ-kheo nhận vừa đủ
Tâm thoát khổ buồn vây.

593.
Sống phải nhờ vật thực
Ai nhịn mãi được đâu?
Có thân, lụy cơm, rau
Biết vậy đừng ganh ghét [82].

594.
Ganh ghét hại mình trước
Sau lại hại thêm người
Đánh người, người đánh trả
Nên hận thù không nguôi.
595.
Thà nuốt hòn đá nóng
Hay uống nước đồng sôi
Đừng đem thân phá giới
Nhận thức ăn của người. [83]

---

[82] Tham chiếu *kinh Xuất diệu*, 15. ĐTK/ĐCTT, T.4, N° 0212.
[83] Pāli, kệ 308.

Phẩm 34:

SA MÔN[84]

[571c] Phẩm SA MÔN có 32 bài kệ: dạy dỗ bằng chánh pháp; đệ tử nhận, phụng hành; đắc đạo giải thanh tịnh.

596.
Giữ mắt, tai, mũi, miệng
Thân, ý luôn thẳng ngay
Tỳ-kheo hành thế đấy
Thoát được mọi khổ đau.

597.
Tay, chân chớ làm bừa
Thiền định tâm thường ưa
Kiệm lời, việc như pháp
Hạnh vắng lặng có thừa.

598.
Tu học phải giữ miệng
Từ tốn, dứt điêu ngoa
Nói pháp là chuẩn mực
Thuyết giảng lời nhu hòa.

---

[84] Tương đương Pāli, phẩm 25, Bhikkhuvagga.

599.
Thích pháp, thực hành pháp
Tư duy pháp an lạc
Tỳ-kheo nương tựa pháp
Chân chính, không uổng đời.

600.
Học đạo đừng cầu lợi
Không tơ tưởng của người
Tỳ-kheo hướng ra ngoài
Khó dừng tâm, định ý.

601.
Tỳ-kheo được cúng dường
Không tham lam, thủ lợi
Sống thanh tịnh một đời
Được trời người khen ngợi.

602.
Tỳ-kheo sống từ bi
Yêu kính lời Phật dạy
Hành sâu pháp chỉ, quán
Tâm lắng dịu, được an.

603.
Hết thảy danh và sắc
Không phải ngã, ngã sở
Không gần, không lo sợ
Mới chính là tỳ-kheo.

604.
Tỳ-kheo chèo thuyền không
Thuyền không trôi nhẹ nhàng
Trừ sạch si, dâm, nộ
Xuôi dòng đến niết-bàn.

605.
Bỏ năm, đoạn trừ năm [85]
Tu năm căn vô lậu [86]
Lại nhận rõ năm kết [87]
Là vượt thoát bộc lưu. [88]

606.
Tỳ-kheo không dục loạn
Thiền định, chẳng buông lung
Nước đồng sôi không uống
Chẳng đốt hại thân mình.

607.
Không tập thiền, không trí
Không trí, chẳng tập thiền.
Đạo đến từ thiền, trí
Đạt niết-bàn an nhiên.

608.
Học đạo vào cửa Không
Tĩnh cư và thiền định
Một mình vui chỗ vắng
Quán các pháp tỏ thông.

---

[85] Xả bỏ ngũ dục (tài, sắc, danh, thực, thuỳ). Đoạn năm triền cái (tham dục, sân hận, hôn trầm, trạo cử và hoài nghi. Xem *Kinh Tương Ưng*, tập 1, chương 1, Tương ưng chư Thiên, S.i,5; tương đương *Tạp A-hàm*, tập 36, kinh số 1002.

[86] Năm căn vô lậu: Tín, tấn, niệm, định, tuệ.

[87] Năm kết: Tham kết, sân kết, mạn kết, tật kết, xan kết. Xem *Trung A-hàm*, *A-tì-đạt-ma phát trí luận*, *Tập di môn túc luận*, *Đại tì-bà-sa luận*. Theo *Kinh Xuất Diệu*, năm kết gồm tham dục, sân khuể, thuỳ miên, điệu hí (trạo cử), nghi. Theo *Thanh tịnh đạo luận*, ngũ kết là tham, sân, si, mạn, kiến.

[88] Tham chiếu *Trưởng lão Tăng kệ*, Kunda Dhàna, chương 1 kệ, Sona-Kolivisa, chương 13 kệ.

609.
Thường chế ngự năm uẩn
Tâm thuần như nước xuôi
Thanh tịnh và an vui
Nếm cam lộ thượng vị.

610.
Không sở hữu vật gì
Nhiếp căn và biết đủ
Giới luật luôn nghiêm trì
Là tỳ-kheo trí tuệ.
611.
Tỳ-kheo sống thanh tịnh
Tìm thầy lành, bạn tốt
Phước trí sẽ chóng thành
Thoát khổ, đến an lạc.

612.
Như đóa hoa vệ-sư [89]
Héo tàn tự rụng xuống
Tỳ-kheo hết kết sử
Sanh tử tự rụng rơi.

613.
Thân miệng luôn lắng dịu
Tâm thấu lẽ diệu huyền
Buông bỏ chuyện thị phi
Tỳ-kheo luôn tịch diệt.
614.
Thân luôn tự trang nghiêm
Tâm thường xuyên tỉnh giác
Giữ thân trong chánh niệm
Tỳ-kheo sống an lành.

---

[89] Hoa vệ-sư (tức vệ-sư hoa 衛師華, Pāli: vassikā). HT. Minh Châu chú thích là hoa lài.

615.
Ta hãy vì chính ta
Dù rằng ta vô ngã
Điều phục ta, diệt ngã
Hiền giả ắt tự thành!

616.
Sống vui trong lời Phật
Niềm hoan hỷ càng tăng
Sẽ đến nơi vắng lặng
Hành diệt,[90] mãi khinh an.

617.
Tỳ-kheo tuổi chưa nhiều
Làm đúng lời Phật dạy
Chiếu sáng thế gian này
Như trời quang mây tạnh.

618.
Bỏ mạn, dứt kiêu căng
Như sen làm sạch nước
Tỳ-kheo không chấp trước
Ngát hơn cả hoa sen.

619.
Cắt ái, đoạn luyến tiếc
Như sen chẳng nhiễm bùn
Tỳ-kheo vượt ái dục
Sáng hơn cả hoa sen.

620.
Cắt đứt dòng vọng tưởng
Trừ ái quyết một lòng
Dòng ái dục chưa dứt
Tâm ý còn ruổi rong.

---

[90] Các pháp hữu vi đã được nhiếp phục.

621.
Việc làm hãy làm ngay
Quyết vững lòng gánh vác
Xuất gia mà biếng nhác
Thì tâm còn nhiễm ô.

622.
Kẻ tu học lười nhác
Chẳng gột rửa tâm mình
Phạm hạnh không trong sạch
Làm sao đến niết-bàn ?

623.
Tỳ-kheo mà phóng túng
Đi đứng chẳng dè chừng
Mặc tâm ý buông lung
Từng bước thêm nhiễm bẩn.

624.
Cà-sa khoác trên vai
Lại không từ việc ác
Làm ác bồi nghiệp ác
Ắt đọa lạc mà thôi.

625.
Dạy kẻ khó thuần hóa
Như gió thổi cây khô.
Gây khổ, mình chuốc khổ
Mà sao không gắng tu ?

626.
Cạo đầu, tâm chưa yên
Khi dục, mạn vẫn còn.
Bỏ tham, nghĩ về đạo
Mới có thể định tâm.

627.
Cạo tóc, tâm chưa yên
Phóng dật, bất tín còn.
Ai diệt sạch các khổ
Mới xứng bậc sa-môn.

Phẩm 35:
PHẠM CHÍ[91]

[572b] Phẩm PHẠM CHÍ có 40 bài kệ, bàn về: nói và làm thanh tịnh, học lý không tạp dơ, đáng gọi bậc đạo sĩ.

628.
Ai cắt dòng[92], vượt thoát
Vô dục như Phạm thiên
Các hành[93] hết phan duyên
Là xứng danh Phạm chí.

629.
Xả phiền, hành bất hại
Thanh tịnh, hướng an nhiên
Ái dục hết đảo điên
Xứng danh bậc Phạm chí.[94]

---

[91] Tương đương Pāli, phẩm 26, Brāhmaṇavagga.
[92] Cắt đứt dòng ái dục.
[93] [93] Hành: các pháp hữu vi.
[94] Tham chiếu *Kinh Xuất diệu*, quyển 29. ĐTK/ĐCTT, tập 4, kinh số 212.

630.
Không bờ này, bến nọ
Cả hai bờ rỗng rang
Tham ái hết buộc ràng
Xứng danh bậc Phạm chí.

631.
Tư duy không nhiễm bẩn
Hành xử không lỗi lầm
Không cầu muốn gì thêm
Xứng danh bậc Phạm chí.

632.
Ban ngày mặt trời rạng
Ban đêm trăng chiếu soi
Giáp binh, quân trận sáng
Thiền định rạng người tu
Phật xuất hiện thế gian
Là sáng soi tất cả!

633.
Cạo đầu, há sa-môn
Tụng chú, há phạm chí
Ai trừ mọi điều ác
Xứng danh bậc đạo nhân.

634.
Đoạn ác là phạm chí
Chánh hạnh là sa-môn
Ngã, cấu uế sạch không
Bậc xuất gia lý tưởng.

635.
Ai sống giữa ái ân
Tâm không hề vướng bận
Đã xả, đã chánh chân
Là bậc hết đau khổ.

636.
Thân, miệng, và tâm ý
Thanh tịnh không lỗi lầm
Khéo nhiếp phục ba nghiệp
Là phạm chí chân nhân.

637.
Ai nội tâm hiểu rõ
Pháp mà Phật tuyên dương
Tâm quán, tự về nương
Như lấy nước gội sạch.

638.
Không phải cứ búi tóc
Là trở thành phạm chí
Ai chí thành hành pháp
Thanh bạch mới hiền nhân.

639.
Búi tóc, không trí tuệ
Mặc áo cỏ ích chi?
Trong không lìa nhiễm trước
Xả bên ngoài được gì?

640.
Dù mặc áo xấu rách
Nhưng y pháp thực hành
Núi rừng tu thiền định
Là Phạm chí đích danh.

641.
Phật không dạy bảo ai
Tự khen hay ca ngợi
Ai đúng pháp, không dối
Là Phạm chí thật danh.

642.
Dứt tuyệt mọi tham muốn
Tâm quyết không luỵ tình
Cắt bỏ lưới dục tình
Là xứng danh phạm chí.

643.
Cắt đứt dòng sanh tử
Khéo nhẫn nhục vượt qua
Tự giác, thoát đường ma
Là xứng danh phạm chí.

644.
Bị mắng chửi, đánh đập
Nhẫn chịu không giận hờn
Không pháp nhẫn nào hơn
Là xứng danh phạm chí.

645.
Bị tổn hại, coi khinh
Chỉ một lòng giữ giới
Đoan chánh giữ thân mình
Là xứng danh phạm chí.

646.
Tâm trút bỏ pháp ác
Giống như rắn thay da
Dục chẳng làm sa đà
Là xứng danh phạm chí.

647.
Biết cuộc đời khổ đau
Đặt mình nơi vắng lặng
Buông bỏ được gánh nặng
Là xứng danh phạm chí.

648.
Người trí tuệ sâu xa
Biết rõ nẻo chánh, tà
Đạt lý mầu cao cả
Là xứng danh phạm chí.

649.
Không phiền luy người đời
Không vướng bận người tu
Ít mong cầu, biết đủ
Phạm chí này chân tu.

650.
Bỏ gậy gộc, vũ khí
Tâm ý không hại ai
Chẳng tổn hại muôn loài
Là xứng danh phạm chí.

651.
Tránh xa chốn tranh giành
Bị xúc xiểm không ganh
Lấy thiện hóa giải ác
Là xứng danh phạm chí.

652.
Bỏ dâm, nộ, si, ác
Kiêu mạn cũng lìa xa
Như rắn đã thay da
Đó chính là phạm chí.

653.
Miệng không nói lời ác
Tâm chẳng luỵ việc đời
Bát chánh đạo rạng ngời
Mới xứng danh phạm chí.

654.
Bao việc ác ở đời
Dù dài, ngắn, nhỏ, to
Tâm không giữ, không bỏ
Là Phạm chí đích danh.

655.
Đời này sống trong sạch
Đời sau không xấu xa
Không huân tập, không xả
Đó chính là Phạm chí.

656.
Thân chẳng cần nương tựa
Miệng chẳng đọc tụng bừa
Đặt mình trong tịch tĩnh
Là Phạm chí xứng danh.

657.
Lỗi lầm hay phước phận
Đã siêu việt cả hai
Hết ưu phiền vấy bẩn
Là Phạm chí xứng danh.

658.
Tâm hoan hỷ, vô nhiễm
Như trăng sáng tròn đầy
Không huỷ báng, trách ai
Là chính danh Phạm chí.

659.
Thấy kẻ ngu chìm nổi
Đọa lạc khổ khôn lường
Muốn tìm phương vượt thoát
Không ham bàn gì khác
Ngoài việc cầu niết-bàn
Gọi là bậc Phạm chí.

660.
Nghiệp ân ái đã đoạn
Vô dục, đời xuất gia
Ái, hữu đã thoát ra
Là xứng danh Phạm chí.

661.
Đã thoát chốn loài người
Không vướng vào cõi trời
Không nương vào ba cõi [95]
Là Phạm chí sáng ngời !

662.
Bỏ những điều ghét, ưa
Diệt hết không còn thừa
Nhiếp phục mọi thế giới
Gọi là bậc Phạm chí.

663.
Chỗ thọ sanh đã hết
Chết không còn đường đi
An ổn chốn vô y
Gọi là bậc Phạm chí.

---

[95] Tham chiếu Pāli: sabbayogavisaṃyuttaṃ: giải thoát mọi buộc ràng.

664.
Đã vượt thoát năm đường
Biết không còn đọa lạc
Sạch nghiệp, không dư tàn
Là xứng danh Phạm chí.

665.
Ai quá, hiện, vị lai
Chẳng vướng thời nào cả
Không thủ cũng không xả
Là Phạm chí xứng danh.

666.
Người đại hùng, dõng mãnh
Tự giải thoát, vượt qua
Tâm tĩnh giác, chẳng động
Là Phạm chí xứng danh.

667.
Biết gốc của mạng căn
Do đâu tái sanh lại
Muốn dứt kiếp trôi lăn
Thấu đạo mầu vắng lặng
Sáng soi mà tĩnh mặc
Là Phạm chí xứng danh.

Phẩm 36:
NIẾT BÀN[96]

[573a] Phẩm NIẾT BÀN có 36 bài kệ [97]: nêu đường về đạo lớn, yên lặng và tịch diệt, thoát nỗi sợ tử sinh.

668.
Nhẫn là pháp tối thượng
Phật nói niết-bàn cao
Xuất gia không phạm giới
Tâm lặng hại ai nào ? [98]

669.
Không bệnh, lợi lạc nhất
Biết đủ cực giàu sang
Thành tín là họ hàng
Niết-bàn an lạc nhất. [99]

---

[96] Không có Pāli tương đương.
[97] Thực ra chỉ có 35 bài kệ.
[98] Pāli, kệ 184.
[99] Pāli, kệ 204.

670.
Đói khát, bệnh nặng nhất
Các hành, gây khổ nhất
Hiểu sự thật như vậy
Niết-bàn hạnh phúc nhất. [100]

671.
Đường lành ít người tới
Nẻo dữ lắm kẻ qua
Một khi đã nghiệm ra
Niết-bàn an ổn nhất.

672.
Do nhân sanh nẻo thiện
Do nhân đọa đường ác
Do nhân đến niết-bàn
Các duyên đều như vậy.

673.
Hươu, nai sống giữa đồng
Chim liệng giữa tầng không
Pháp nào theo pháp đó
Chân nhân về chốn Không.

674.
Vạn pháp vốn là Không
Không tự tánh, sở hữu
Làm sao để nắm bắt
Và có thể suy lường? [101]

---

[100] Pāli, kệ 203.

[101] Tham chiếu: 《法句經》譯文及解讀--36泥洹品: 始 無 如 不, 始 不 如 無: 此 兩句甚為難解。姚秦譯本此章雲: 我有本以無, 本有我今無, 非無亦非有, 如今不可穫。依此, 則大意為, 當初之無如萬物不是當下表象之有, 當初什麼也不是之萬物如同無壹般; 不, 乃是無自性, 是空; 無, 是 無 所 有。此 乃 以 無 解 空, 屬早期翻譯之結果

675
Tâm lành khó nhận ra
Thói xấu xa dễ lường
Bậc liễu ngộ về dục
Thấy cả hai tỏ tường.
Không nơi đâu yên vui
Vì khổ sở vun đầy
Ái dục khi chưa cạn
Khổ đau còn đoanh vây.

676.
Biết nhiễm, lấy tịnh ngăn
Xa nhiễm, khổ liền diệt.
Thấy nghe, thật thấy nghe
Nhớ biết, thật nhớ biết. [102]

677.
Thấy nghe không dính mắc,
Tâm tư hết buộc ràng
Mọi chấp trước phá tan
Tận trừ tất cả khổ.
Đã diệt trừ ngã tưởng
Thân khổ hết chỗ nương
Thức phân biệt đã đoạn
Mọi thống khổ hết vương. [103]

(http://quanxue.cn/ct_fojia/FaJu/FaJu79.html)。Tham chiếu bản dịch Tạng ngữ: 勘藏 译本，意谓:"前有今无，前无当有，前当皆无，今亦不起。"乃言生死是三世有法；涅槃 出离生死，与之相反也。Trước có mà nay không/ Trước không mà nay có/ Trước đã hoàn toàn không/ Thì nay cũng chẳng khởi.

[102] Tham khảo: 《法句經》譯文及解讀: 見有見 : 見解之外亦有見解。意謂對某壹見解仍然可以提出見解。下文句式同此 (http://quanxue.cn/ct_fojia/FaJu/FaJu79.html). Tham chiếu *Kinh Xuất diệu* : 見而實而見，聞而實而聞，知而實而知，是謂名苦際 (ĐTK/ĐCTT, tập 4, kinh số 212).

[103] Tham khảo, 北傳法句經新譯: 睹無著亦無識，一切舍為得際，除身想滅痛行，識已盡為苦竟。白話新譯:無論是眼見、耳聽、意念乃至心

678.
Tựa nương là chốn động,
Rỗng rang chốn yên lành
Chốn động chớ nên gần
Vì không sanh hỷ lạc.
Hỷ lạc thôi thân cận,[104]
Tịnh yên sẽ quay về
Tịch tịnh an trú rồi
Hết đến đi sanh diệt.

679.
Vòng luân hồi chấm dứt
Sanh tử đã ngừng quay
Sống chết hết bủa vây
Không còn đó đây nữa.
Tử sanh, luân hồi dứt
Cả hai đã diệt xong [105]
Không còn chút mảy lông
Là trừ xong các khổ.

識，皆應遠離其染著，遠離染著者不再執著，不再執著者自然清徹寂靜，所以捨離一切的執著，自然能得清淨智慧，滅除身心的妄念，自然能滅除由行為所造作的煩惱痛苦，若能滅除心識的妄起流竄，必能滅除一切的煩惱痛苦
(http://www.mbh.idv.tw/index.php?mod=articles&ID=21&page=5&pid=2202)

[104] Xả lạc, xả khổ, diệt hỷ ưu đã cảm thọ trước, chứng và trú Thiền thứ tư, không khổ, không lạc, xả niệm, thanh tịnh.

[105] Tham khảo 《法句經》譯文及解讀. 為兩滅：兩，兩兩相對之意也。來與往，生與死，彼與此，皆「兩」也。然關鍵在於生死輪回，故「兩滅」在此即指斷生死輪回

680.
Tỳ-kheo còn sinh mạng [106]
Tạo tác, nghiệp vẫn mang [107]
Chứng vô sanh, vô hữu [108]
Dục, tác hết buộc ràng. [109]

681.
Chỉ những ai vô niệm
Mới có thể đạt thành
Vô sanh, không còn hữu
Vô tác, chẳng còn hành.

682.
Còn sanh, hữu, tác hành
Là chưa đạt pháp yếu
Nếu đã hiểu vô sanh
Không còn hữu, tác hành.

683.
Có hữu mới có sanh
Từ sanh, hữu lại khởi
Tạo nghiệp chết rồi sanh
Mở bày ra các pháp.

684.
Do ăn mà tồn tại
Do ăn sinh vui buồn
Thức ăn này đoạn tuyệt
Hết dấu vết sống còn.

---

[106] Tham khảo: 《法句經》譯文及解讀. 有世生：擁有同世人壹樣的生命。
[107] Tham khảo: 《法句經》譯文及解讀. 有有：前面「有」字為動詞，後面「有」字為名詞，指存有著的生命
[108] Tham khảo: 《法句經》譯文及解讀. 有無：存有的生命沒有了。無，消失了、沒有了。
[109] Tham khảo: 《法句經》譯文及解讀. 無作無所行：沒有任何要做的事，沒有任何做事的慾望。

685.
Các pháp khổ đã tận
Hành diệt tự nhiên dừng
Tỳ-kheo đã biết mình
Không trở lại các cõi.

686.
Không vào cõi hư không
Không còn nơi để trú
Không vào tưởng, phi tưởng
Không đời này, đời sau.

687.
Ta không còn trở lại
Không còn tưởng trăng sao
Không bám víu chỗ nào
Không còn đi và đến.

688.
Không ẩn cũng không hiện
Đó là bến niết-bàn
Đó là tướng vô tướng
Khổ, vui hết buộc ràng.

689.
Cái thấy hết sợ hãi
Không nói, nói không nghi
Bẻ gãy mũi tên hữu
Kẻ ngu hết gá nương
Đạt hạnh phúc chơn thường
Tịch diệt là tối thượng !

690.
Tâm nhẫn như mặt đất
Hạnh nhẫn tợ tường thành
Lắng trong như nước sạch
Hết sống chết trôi lăn.[110]

691.
Lợi lạc chưa đủ cậy
Còn khổ bám theo mình
Phải mong tự thắng mình
Thắng rồi khổ diệt tận.

692.
Đừng mượn khi nợ hết
Chán thai đừng hành dâm
Hạt cháy không nảy mầm
Dục hết như lửa tắt.

693.
Bào thai là biển uế
Sao còn ưa hành dâm?
Dẫu có cõi thiện hơn
Cũng đâu bằng tịch diệt!

694.
Biết tất cả đã đoạn
Thế gian hết buộc ràng
Đã buông hết, vượt sang
Con đường này đẹp nhất.

---

[110] Pāli, kệ 95.

695.
Phật đã dạy chân lý
Kẻ trí dũng phụng trì
Sống phạm hạnh, vô nhiễm
Tự biết đến vô vi.

696.
Học đạo, trước ly dục
Giữ giới pháp Phật đà
Diệt hết mọi xấu xa
Như chim bay trời rộng.

697.
Nếu đã hiểu Pháp cú
Hãy chí tâm thực hành
Vượt qua bờ tử sanh
Hết buồn lo thống khổ.

698.
Pháp phật không sâu cạn
Lẽ nào có nhu cương
Cốt đừng còn vọng tưởng
Giải kết cho sạch trong.

699.
Bậc trí chán thân này
Thấy mong manh, chẳng thật
Vui ít mà khổ nhiều
Chín lỗ [111], không chút sạch.

---

[111] Chín lỗ (tức cửu khổng 九孔): chín cơ quan bài tiết, gồm hai mắt, hai tai, hai mũi, miệng và hai đường đại tiểu tiện.

700.
Có trí nguy thành an
Xả thân, thoát gian nan
Thân mục, tan thành bọt
Người trí, thân chẳng màng.

701.
Quán thân một khối khổ
Sanh, già, chết, ốm đau
Sống thanh tịnh, ly cấu
Mới được an vui lâu.

702.
Nương tuệ, xé lưới tà
Không thọ [112], lậu sạch tan
Sáng sạch, vượt thế gian
Trời người đều cung kính.

---

[112] Sáu căn không tiếp thọ sáu trần.

Phẩm 37:
SINH TỬ[113]

[574a] Phẩm SINH TỬ có 18 bài kệ: nói linh thức con người, mạng mất nó tồn tại, tùy nghiệp thức chuyển sanh.

703.
Mạng như trái chín muồi
Thường sợ bị rụng rơi
Có sinh ắt có khổ
Ai thoát chết trong đời.

704.
Từ khi vui ân ái
Hành dâm mà nhập thai
Ngày đêm luôn trôi mãi
Thân mạng há lâu dài?

705.
Thân này như vật chết
Tánh linh lại vô hình
Giả sử chết rồi sinh
Tội phước không hề mất.

---

[113] Không có Pāli tương đương.

706.
Đâu chỉ sống một đời
Bởi ái, si kéo mãi
Chuốc vui khổ dằng dai
Thân chết, thức còn hoài.

707.
Thân bốn đại là sắc
Bốn ấm thức [114] là danh
Vọng tình mười tám giới [115]
Nối mười hai duyên sanh.

708.
Thức đi qua chín cõi [116]
Dòng sinh tử mãi trôi
Kẻ ngu tối trong đời
Không thiên nhãn để thấy.

709.
Đui mù do ba độc
Không mắt tuệ nên lầm
Rằng chết sống cũng đồng
Hoặc bảo chết là hết.

710.
Thần thức tạo tam giới
Thiện bất thiện, năm đường
Ấm hành lặng lẽ tới
Đi chẳng khác tiếng vang.

---

[114] Bốn ấm thức: tức thọ, tưởng, hành, thức.
[115] Mười tám giới: 6 căn, 6 trần, 6 thức.
[116] Chín cõi, tức 9 nơi chúng sinh cư trú, còn gọi là cửu hữu, cửu hữu tình cư, cửu chúng sinh cư, cửu cư. Trong tam giới, có tất cả 9 nơi mà chúng sinh vui thích sống, đó là: 1. Trời và người ở Dục giới; 2. Trời sơ thiền; 3. Trời nhị thiền; 4. Trời tam thiền; 5. Trời vô tưởng trong cõi tứ thiền; 6. Trời không; 7. Trời thức; 8. Trời vô sở hữu; 9. Trời phi tưởng phi phi tưởng.

711.
Thác sinh trong ba cõi
Do nhân đời trước gây
Hạt nào lên cây nấy
Quả báo tự nhiên thôi.

712.
Thức dựa căn đặt tên [117]
Như lửa, tùy vật đốt
Ở đuốc, gọi lửa đuốc
Cỏ, phân, củi,... lửa than.

713.
Tâm khởi, pháp liền khởi
Tâm lặng, pháp lặng yên
Sinh diệt bủa khắp miền
Đổi thay không tự biết.

714.
Thần thức ruổi năm đường
Bất kể vực, hang sâu
Xả rồi thọ thân sau
Như xe lăn mặt đất.

715.
Như người trú trong nhà
Bỏ nhà cũ đi ra
Thức mượn thân làm nhà
Thân hoại, vẫn còn thức.

716.
Thần thức trú hình hài
Như chim nằm trong tổ
Nó bay khi vỡ ổ
Thân hoại, thức đầu thai.

---

[117] Như thức nương nơi căn là con mắt thì gọi tên là nhãn thức.

717.
Kẻ ngu si lầm tưởng
Đắm ngã, lạc, tịnh, thường
Ghét, ưa không chính đáng
Phật bảo thật đáng thương!

718.
Vô minh sinh danh sắc
Ba độc, năm đường dài
Các biển có mười hai [118]
Ai vượt tất an lạc.

719.
Hơi thở, hơi ấm, thức
Một khi đã rã mòn
Biết thân sắp chẳng còn
Phải qua kiếp sống khác.

720.
Thân xác vùi xuống đất
Như cỏ rác vô tri
Phải biết chẳng còn gì
Kẻ ngu mới tham chấp.

---

[118] Mười hai nhập được ví như 12 biển lớn. Nhãn nhập là biển, đối tượng của mắt là sắc cũng là biển (Xem A-tì-đàm bát kiền độ luận).

Phẩm 38:
NẾP SỐNG ĐẠO[119]

[574b] Phẩm này có tên chữ Hán là Đạo lợi, gồm 19 bài kệ [120], nói: vua, cha, thầy thực hành; chỉ bày con đường thiện; dẫn dắt bởi thẳng ngay.

721.
Ai kính bậc trưởng thượng
Vua, cha, thầy, đạo sĩ
Tín, giới, văn, tuệ, thí
Chết sinh chốn an khương.

722.
Nhờ phước lành đời trước
Sinh làm người cao sang
Đem đạo chuyển thế gian
Tu tập, người tiếp bước.

723.
Vua là chủ thần dân
Thường ban từ ái khắp
Tự thân giữ giới pháp
Đất nước hết đao binh.

---

[119] Không có Pāli tương đương.
[120] Thực ra có 20 bài kệ.

724.
Lúc an không quên nguy
Lo nghĩ vun bồi phước
Phước này ai cũng hưởng
Không phân biệt sang hèn.

725.
Luận làm tướng thế gian
Phải tu thân, ngay thẳng.
Điều tâm, thắng mọi ác
Là đúng bậc quân vương.

726.
Chánh kiến, khéo bố thí
Nhân ái, giúp kẻ nghèo
Có lợi chia đồng đều
Mọi người theo, gần gũi.

727.
Như bầy trâu lội nước
Theo bước con đầu đàn
Người phụng pháp tâm an
Chúng dân đều lợi lạc.

728.
Đừng phá phách tượng thần
Kẻo chuốc khổ vào thân
Ác tâm là tự hại
Chết chẳng sanh nẻo lành.

729.
Sống nương vào giới đức
Phước báu thường theo ta
Quân vương thấy lẽ đạo
Đường ác ắt lìa xa.

730.
Giữ giới trừ khổ, sợ
Phước đức ba cõi thờ
Quỷ, rồng, tà độc dữ
Không hại người trì giới.

731.
Lánh xa kẻ ngu tối
Bất nghĩa, không chân thành
Dối gạt, ưa đấu tranh
Gần họ thêm lầm lỗi.

732.
Hãy gần bậc hiền nhân
Đủ trí tuệ, giới hạnh
Lời nói luôn chân thành
Gần họ thêm điều thiện.

733.
Nói hay, không giới hạnh
Ý loạn, không làm lành
Dù ẩn cư hẻo lánh
Chắc gì bậc tu hành?

734.
Lời đẹp, đúng, dẫn đầu
Thuyết pháp đứng kế sau
Thứ ba là ái ngữ
Lời thành thật thứ tư.

735.
Không khéo cầm dao bén
Sẽ tự cắt thân mình
Kẻ ngu học dối nịnh
Tự đày đọa đời mình.

736.
Tham dâm, sân giận, si
Là ba gốc bất chánh
Thân tự làm tự gánh
Quả báo từ ái, si.

737.
Có phước làm trời, người
Vô phước, đọa nẻo ác
Thánh nhân thấy rõ vậy
Lời Phật thường nhớ ghi.

738.
Phước giới đức đã tạo
Theo mình đến đời sau
Trời, người đều khen ngợi
Tâm chánh, đâu cũng an.

739.
Chẳng nghĩ dừng làm ác
Mỗi ngày tự trói gông
Mạng trôi như nhánh sông
Hãy sợ mà giữ giới.

740.
Nay tóc ta đã bạc
Tuổi trẻ đã trôi qua
Tiếng thiên sứ vẳng xa
Thời xuất gia đã đến!

Phẩm 39:
ĐIỀU LÀNH[121]

[574c] Phẩm này có tên chữ Hán là Cát tường, gồm 19 bài kệ [122], nói: cách tu sửa bản thân, bỏ ác nhắm đến thiện, hưởng phước báu sâu dày.

741.
Phật tôn quý ba cõi
Khéo giảng nghĩa chơn thường.
Có đạo sĩ Phạm chí
Đến hỏi lẽ cát tường?

742.
Phật vì lòng xót thương
Giảng pháp yếu chân thật:
Tín sâu, vui chánh pháp
Là việc lành lớn nhất!

743.
Không cậy nhờ trời, người
Vọng xin điều may mắn
Không cầu đảo thánh thần
Là việc lành lớn nhất.

---

[121] Phẩm này không có Pháp cú Pāli tương đương, nhưng nội dung đồng nhất với kinh Mangala sutta, được ghi trong bộ Sutta nipata và Khuddaka nikaya.
[122] Có bản chia 18 bài kệ.

744.
Bạn tốt, sống đất lành
Việc phước đức làm nhanh
Giữ thân mình đoan chánh
Là việc lành lớn nhất.

745.
Lìa ác, sống chân thật
Bỏ rượu, tiết chế thân
Không đắm say sắc dục
Là việc lành lớn nhất.

746.
Đa văn, hành trì pháp
Tinh tiến học luật nghi
Chánh niệm từng bước đi
Là việc lành lớn nhất.

747.
Hiếu dưỡng, thờ mẹ cha
Chăm vợ con, gia đình
Không làm việc vô ích
Là việc lành lớn nhất.

748.
Không kiêu căng, tự đại
Biết đủ, thường xét suy
Khế kinh hay nhớ nghĩ
Là việc lành lớn nhất.

749.
Thấy nghe thường nhẫn nhục
Thích gần người tu hành
Nghe pháp xong thực hành
Là việc lành lớn nhất.

750.
Ăn chay, tu phạm hạnh
Thường muốn gần thánh nhân
Nương tựa bậc chân nhân
Là việc lành lớn nhất.

751.
Chánh tín, có đạo đức
Chánh ý, chẳng niệm nghi
Ba nẻo ác chẳng đi
Là việc lành lớn nhất.

752.
Tâm bình đẳng bố thí
Với trời người khiêm cung
Cúng dường bậc Ly dục
Là việc lành lớn nhất.

753.
Thường muốn lìa tham dục
Sân giận và ngu si
Tu học, thông chánh lý
Là việc lành lớn nhất.

754.
Làm những việc đáng làm
Tránh xa điều vô bổ
Nỗ lực tu thánh đạo
Là việc lành lớn nhất.

755.
Vận tâm đại từ bi
Trải đều khắp thiên hạ
Thương xót, an chúng sanh
Là việc lành lớn nhất.

756 và 757
Muốn được phước cát tường
Phải kính tin Tam bảo
Muốn cầu phước cát tường
Phải học nghĩa Pháp cú;

Muốn cầu phước cát tường
Phải cúng dường Tăng bảo
Người tịnh giới thanh cao
Là việc lành lớn nhất.

758.
Sống ở đời, người trí
Thường tập các hạnh lành
Từ đó tuệ phát sanh
Là việc lành lớn nhất.

759.
Phạm chí nghe Phật dạy
Tâm hoan hỷ dâng trào
Liền lạy tạ Như lai
Quy kính ngôi Tam bảo.

HẾT QUYỂN HẠ

北傳法句經
尊者法救撰
吳天竺沙門維祇難等譯

法句經序

曇缽偈者，眾經之要義。曇之言，法缽者句也。而法句經別有數部，有九百偈或七百偈及五百偈。偈者結語，猶詩頌也。是佛見事而作，非一時言，各有本末布在諸經。佛一切智厥性大仁，愍傷天下出興於世，開顯道義所以解人，凡十二部經，總括其要別為數部。四部阿含佛去世後阿難所傳，卷無大小皆稱聞如是處。佛所在究暢其說，是後五部沙門，各自鈔眾經中四句六句之偈，比次其義條別為品，於十二部經靡不斟酌，無所適名，故曰法句，諸經為法言。法句者由法言也。近世葛氏傳七百偈，偈義致深譯人出之頗使其渾，惟佛難值其文難聞。又諸佛興皆在天竺，天竺言語與漢異音云，其書為天書語為天語，名物不同傳實不易。唯昔藍調安侯世高都尉佛調，譯梵為秦，實得其體，斯已難繼。後之傳者雖不能密，猶常貴其寶粗得大趣。始者維祇難，出自天竺，以黃武三年來適武昌，僕從受**此五百偈本，請其**同道竺將焰為譯，將焰雖善天竺語未備曉漢，其所傳言或得梵語，或以義出音，迎質真朴初謙其為辭不雅。維祇難曰:佛言:依其義不用飾，取其法不以嚴，其傳經者令易曉，勿失厥義，是則為善。坐中咸曰:老氏稱美言不信，信言不美。仲尼亦云:書不盡言，言不盡意。明聖人意深邃無極。今傳梵義實宜經達，是以自偈受譯人口，因修本旨不加文飾，譯所不解則闕不傳，故有脫失多不出者。然此雖辭樸而旨深，文約而義博，事鉤眾經章有本句有義說，其在天竺始進業者，不學法句謂之越敘，此乃始進者之洪漸，深入者之奧藏也。可以啟矇辯惑誘人自立，學之功微而所苞者廣，寔可謂妙要也哉。昔傳此時，有所不解，會將炎來，更從咨問受此偈輩。復得十三品，並校往古，有所增定，第其品目合為一部三十九篇。大凡偈七百五十二章。庶有補益共廣問焉。

法句經卷上
尊者法救撰 吳天竺沙門維祇難等譯
（經文依大正藏，文句不明者參考龍藏）
第一 無常品，二十有一章
無常品者，寤欲昏亂，榮命難保，唯道是真。

1 睡眠解寤，宜歡喜思，聽我所說，撰集佛言：
2 所行非常，謂興衰法，夫生輒死，此滅為樂。
3 譬如陶家，埏埴作器，一切要壞，人命亦然。
4 如河駛流，往而不返，人命如是，逝者不還。
5 譬人操杖，行牧食牛，老死猶然，亦養命去。
6 千百非一，族姓男女，貯聚財產，無不衰喪。
7 生者日夜，命自攻削，壽之消盡，如熒雪水。
8 常者皆盡，高者亦墮，合會有離，生者有死。
9 眾生相克，以喪其命，隨行所墮，自受殃福。
10 老見苦痛，死則意去，樂家縛獄，貪世不斷。
11 咄嗟老至，色變作耄，少時如意，老見蹈藉。
12 雖壽百歲，亦死過去，為老所厭，病條至際。
13 是日已過，命則隨減，如少水魚，斯有何樂？
14 老則色衰，所病自壞，形敗腐朽，命終自然。
15 是身何用，恒漏臭處，為病所困，有老死患。
16 嗜欲自恣，非法是增，不見聞變，壽命無常。
17 非有子恃，亦非父兄，為死所迫，無親可怙。
18 晝夜慢惰，老不止淫，有財不施，不受佛言，有此四弊，為自侵欺。

19
非空非海中，非入山石間，無有地方所，脫之不受死。
20
是務是吾作，當作令致是，人為此躁擾，履踐老死憂。
21
知此能自淨，如是見生盡，比丘厭魔兵，從生死得度。
　第二　教學品，二十有九章
　教學品者，導以所行，釋己愚闇，得見道明。
22
咄哉何為寐？蜎螺蚌蠹類，隱弊以不淨，迷惑計為身。
23
焉有被斫創，心如嬰疾痛，遘於眾厄難，而反為用眠。
24
思而不放逸，為仁學仁璨，從是無有憂，常念自滅意。
25
正見學務增，是為世間明，所生福千倍，終不墮惡道。
26 莫學小道，以信邪見，莫習放蕩，令增欲意。
27 善修法行，學誦莫犯，行道無憂，世世常安。
28 慇學攝身，常慎思言，是到不死，行滅得安。
29 非務勿學，是務宜行，已知可念，則漏得滅。
30 見法利身，夫到善方，知利健行，是謂賢明。
31 起覺義者，學滅以固，著滅自恣，損而不興。
32 是向以強，是學得中，從是解義，宜憶念行。
33 學先斷母，率君二臣，廢諸營從，是上道人。
34 學無朋類，不得善友，甯獨守善，不與愚偕。
35 樂戒學行，奚用伴為，獨善無憂，如空野象。
36 戒聞俱善，二者孰賢，方戒稱聞，宜諦學行。
37 學先護戒，開閉必固，施而無受，仂行勿臥。
38
若人壽百歲，邪學志不善，不如生一日，精進受正法。
39
若人壽百歲，奉火修異術，不如須臾頃，事戒者福稱。

40　　　能行說之可，不能勿空語，虛偽無誠信，智者所屏棄。
41
學當先求解，觀察別是非，受諦應誨彼，慧然不復惑。
42　　　　　　　　　　　　被髮學邪道，草衣內貪濁
曚曚不識真，如聾聽五音。
43
學能捨三惡，以藥消眾毒，健夫度生死，如蛇脫故皮。
　44 學而多聞，持戒不失，兩世見譽，所願者得。
　45 學而寡聞，持戒不完，兩世受痛，喪其本願。
　46 夫學有二，常親多聞，安諦解義，雖困不邪。
　47 稊稗害禾，多欲妨學，耘除眾惡，成收必多。
　48 慮而後言，辭不強梁，法說義說，言而莫違。
　49 善學無犯，畏法曉忌，見微知者，誡無後患。
　50 遠舍罪福，務成梵行，終身自攝，是名善學。
　第三 多聞品，十有九章
　多聞品者，亦勸聞學，積聞成聖，自致正覺。
51
多聞能持固，奉法為垣牆，精進難踰毀，從是戒慧成。
52
多聞令志明，已明智慧增，智則博解義，見義行法安。
53
多聞能除憂，能以定為歡，善說甘露法，自致得泥洹。
54
聞為知法律，解疑亦見正，從聞舍非法，行到不死處。
55
為能師現道，解疑令學明，亦興清淨本，能奉持法藏。
56
能攝為解義，解則戒不穿，受法猗法者，從是疾得安。
57
若多少有聞，自大以憍人，是如盲執燭，昭彼不自明。
58
夫求爵位財，尊貴升天福，辯慧世間悍，斯聞為第一。

59
帝王聘禮聞，天上天亦然，聞為第一藏，最富旅力強。
60
智者為聞屈，好道者亦樂，王者盡心事，雖釋梵亦然。
61
仙人常敬聞，況貴巨富人，是以慧為貴，可禮無過是。
62
事日為明故，事父為恩故，事君以力故，聞故事道人。
63
人為命事醫，欲勝依豪強，法在智慧處，福行世世明。
64　　察友在為謀，別伴在急時，觀妻在房樂，欲知智在說。
65
聞為今世利，妻子昆弟友，亦致後世福，積聞成聖智。
66
是能散憂恚，亦除不祥衰，欲得安隱吉，當事多聞者。
67
斫創無過憂，射箭無過愚，是壯莫能拔，唯從多聞除。
68
盲從是得眼，闇者從得燭，亦導世間人，如目將無目。
69
是故可捨癡，離慢豪富樂，務學事聞者，是名積聚德。

第四　篤信品，十有八章

篤信品者，立道之根果，於因正見，行不回顧。

70
信慚戒意財，是法雅士譽，斯道明智說，如是升天世。
71
愚不修天行，亦不譽佈施，信施助善者，從是到彼安。
72
信者真人長，念法所住安，近者意得上，智壽壽中賢。
73 信能得道，法致滅度，從聞得智，所到有明。
74 信能度淵，攝為船師，精進除苦，慧到彼岸。

75 士有信行，為聖所譽，樂無為者，一切縛解。
76 信之與戒，慧意能行，健夫度恚，從是脫淵。
77 信使戒誠，亦受智慧，在在能行，處處見養。
78 比方世利，慧信為明，是財上寶，家產非常。
79 欲見諸真，樂聽講法，能舍慳垢，此之為信。
80 信能度河，其福難奪，能禁止盜，野沙門樂。
81 無信不習，好剝正言，如拙取水，掘泉揚泥。
82 賢夫習智，樂仰清流，如善取水，思令不擾。
83 信不染他，唯賢與人，可好則學，非好則遠。
84 信為我輿，莫知斯載，如大象調，自調最勝。
85 信財戒財，慚愧亦財，聞財施財，慧為七財。
86 從信守戒，常淨觀法，慧而利行，奉敬不忘。
87 生有此財，不問男女，終以不貧，賢者識真。
第五 戒慎品， 十有六章
誡慎品者，授與善道，禁制邪非，後無所悔也。
88 人而常清，奉律至終，淨修善行，如是戒成。
89 慧人護戒，福致三寶，名聞得利，後上天樂。
90 常見法處，護戒為明，得成真見，輩中吉祥。
91 持戒者安，令身無惱，夜臥恬淡，寤則常歡。
92 修戒佈施，作福為福，從是適彼，常到安處。
93 何終為善？何善安止？何為人寶？何盜不取？
94 戒終老安，戒善安止，慧為人寶，福盜不取。
95 比丘立戒，守攝諸根，食知自節，悟意令應。
96 以戒降心，守意正定，內學正觀，無忘正智。
97 明哲守戒，內思正智，行道如應，自清除苦。
98 蠲除諸垢，盡慢勿生，終身求法，勿暫離聖。
99 戒定慧解，是當善惟，都已離垢，無禍除有。
100 著解則度，餘不復生，越諸魔界，如日清明。
101 狂惑自恣，已常外避，戒定慧行，求滿勿離。
102 持戒清淨，心不自恣，正智已解，不睹邪部。
103 是往吉處，為無上道，亦舍非道，離諸魔界。

第六　惟念品，十有二章

惟念品者，守微之始，內思安般，必解道紀。

104
出息入息念，具滿諦思惟，從初竟通利，安如佛所說。

105
是則昭世間，如雲解月現，起止學思惟，坐臥不廢忘。

106
比丘立是念，前利後則勝，始得終必勝，逝不睹生死。

107
若見身所住，六更以為最，比丘常一心，便自知泥洹。

108
已有是諸念，自身常建行，若其不如是，終不得意行。

109
是隨本行者，如是度愛勞，若能悟意念，知解一心樂。

110
應時等行法，是度老死惱，比丘悟意行，當令應是念。

111
諸念生死棄，為能作苦際，常當聽微妙，自覺悟其意。

112
能覺者為賢，終始無所會，以覺意能應，日夜務學行。

113
當解甘露要，令諸漏得盡，夫人得善利，乃來自歸佛。

114
是故當晝夜，常念佛法眾，己知自覺意，是為佛弟子。

115
常當晝夜念，佛與法及僧，念身念非常，念戒佈施德，空不願無相，晝夜當念是。

第七　慈仁品，十有八章

慈仁品者，是謂大人，聖人所履，德普無量。

116 為仁不殺，常能攝身，是處不死，所適無患。

117 不殺為仁，慎言守心，是處不死，所適無患。

118 彼亂已整，守以慈仁，見怒能忍，是為梵行。

119 至誠安徐，口無麤言，不瞋彼所，是謂梵行。

120 垂拱無為，不害眾生，無所嬈惱，是應梵行。
121 常以慈哀，淨如佛教，知足知止，是度生死。
122 少欲好學，不惑於利，仁而不犯，世上所稱。
123 仁壽無犯，不興變快，人為諍擾，慧以嘿安。
124 普憂賢友，哀加眾生，常行慈心，所適者安。
125 仁儒不邪，安止無憂，上天衛之，智者樂慈。
126 晝夜念慈，心無克伐，不害眾生，是行無仇。
127 不慈則殺，違戒言妄，過不與他，不觀眾生。
128 酒致失志，為放逸行，後墮惡道，無誠不真。
129

履仁行慈，博愛濟眾，有十一譽：福常隨身、臥安覺安、不見惡夢。
130

天護人愛、不毒不兵、水火不喪、在所得利、死升梵天、是為十一。

131 若念慈心，無量不廢，生死漸薄，得利度世。
132 仁無亂志，慈最可行，愍傷眾生，此福無量。
133

假令盡壽命，勤事天下人，象馬以祠天，不如行一慈。

第八　言語品，十有二章

言語品者，所以戒口，發說談論，當用道理。

134 惡言罵詈，憍陵蔑人，興起是行，疾怨滋生。
135 遜言順辭，尊敬於人，棄結忍惡，疾怨自滅。
136 夫士之生，斧在口中，所以斬身，由其惡言。
137 諍為少利，如掩失財，從彼致諍，令意向惡。
138

譽惡惡所譽，是二俱為惡，好以口儈鬥，是後皆無安。
139

無道墮惡道，自增地獄苦，遠愚修忍意，念諦則無犯。
140

從善得解脫，為惡不得解，善解者為賢，是為脫惡惱。
141

解自抱損意，不躁言得中，義說如法說，是言柔軟甘。
142
是以言語者，必使己無患，亦不克眾人，是為能善言。
143
言使投意可，亦令得歡喜，不使至惡意，出言眾悉可。
144
至誠甘露說，如法而無過，諦如義如法，是為近道立。
145
說如佛言者，是吉得滅度，為能作浩際，是謂言中上。

第九 雙要品，二十有二章
雙要品者，兩兩相明，善惡有對，舉義不單。

146
心為法本，心尊心使，中心念惡，即言即行，罪苦自追，車轢於轍。

147
心為法本，心尊心使，中心念善，即言即行，福樂自追，如影隨形。

148 隨亂意行，拘愚入冥，自大無法，何解善言。
149 隨正意行，開解清明，不為妒嫉，敏達善言。
150 慍於怨者，未嘗無怨，不慍自除，是道可宗。
151 不好責彼，務自省身，如有知此，永滅無患。

152
行見身淨，不攝諸根，飲食不節，慢墮怯弱，為邪所制，如風靡草。

153
觀身不淨，能攝諸根，食知節度，常樂精進，不為邪動，如風大山。

154 不吐毒態，欲心馳騁，未能自調，不應法衣。
155 能吐毒態，戒意安靜，降心已調，此應法衣。
156 以真為偽，以偽為真，是為邪計，不得真利。
157 知真為真，見偽知偽，是為正計，必得真利。

158 蓋屋不密，天雨則漏，意不惟行，淫泆為穿。
159 蓋屋善密，雨則不漏，攝意惟行，淫泆不生。
160 鄙夫染人，如近臭物，漸迷習非，不覺成惡。
161 賢夫染人，如近香熏，進智習善，行成潔芳。
162 造憂後憂，行惡兩憂，彼憂惟懼，見罪心懅。
163 造喜後喜，行善兩喜，彼喜惟歡，見福心安。
164 今悔後悔，為惡兩悔，厥為自殃，受罪熱惱。
165 今歡後歡，為善兩歡，厥為自佑，受福悅豫。
166
巧言多求，放蕩無戒，懷淫怒癡，不惟止觀，聚如群牛，非佛弟子。
167
時言少求，行道如法，除淫怒癡，覺正意解，見對不起，是佛弟子。

第十 放逸品，有二十章

放逸品者，引律戒情，防邪撿失，以道勸賢。
168
戒為甘露道，放逸為死徑，不貪則不死，失道為自喪。
169
慧智守道勝，終不為放逸，不貪致歡喜，從是得道樂。
170
常當惟念道，自強守正行，健者得度世，吉祥無有上。
171
正念常興起，行淨惡易滅，自製以法壽，不犯善名增。
172
發行不放逸，約以自調心，慧能作定明，不返冥淵中。
173
愚人意難解，貪亂好諍訟，上智常重慎，護斯為寶尊。
174
莫貪莫好諍，亦莫嗜欲樂，思心不放逸，可以獲大安。
175
放逸如自禁，能卻之為賢，已升智慧閣，去危為即安。
176

明智觀於愚，譬如山與地，居亂而身正，彼為獨覺悟。
177
是力過師子，棄惡為大智，睡眠重若山，癡冥為所弊。
178
安臥不計苦，是以常受胎，不為時自恣，能制漏得盡。
179
自恣魔得便，如師子搏鹿，能不自恣者，是為戒比丘。
180
彼思正淨者，常當自護心，比丘謹慎樂，放逸多憂苦。
181
變諍小致大，積惡入火焰，守戒福致善，犯戒有懼心，能斷三界漏，此乃近泥洹。

182 若前放逸，後能自禁，是昭世間，念定其宜。
183 過失為惡，追覆以善，是昭世間，念善其宜。
184 少莊舍家，盛修佛教，是昭世間，如月雲消。
185 人前為惡，後止不犯，是昭世間，如月雲消。
186 生不施惱，死而不戚，是見道悍，應中勿憂。
187
斷濁黑法，學惟清白，度淵不反，棄猗行止，不復染樂，欲斷無憂。

第十一 心意品，十有二章

心意品者，說意精神，雖空無形，造作無竭。
188 意使作狗，難護難禁，慧正其本，其明乃大。
189 輕躁難持，唯欲是從，制意為善，自調則寧。
190 意微難見，隨欲而行，慧常自護，能守即安。
191 獨行遠逝，覆藏無形，損意近道，魔繫乃解。
192 心無住息，亦不知法，迷於世事，無有正智。
193 念無適止，不絕無邊，福能遏惡，覺者為賢。
194 佛說心法，雖微非真，當覺逸意，莫隨放心。
195 見法最安，所願得成，慧護微意，斷苦因緣。
196 有身不久，皆當歸土，形壞神去，寄住何貪。
197 心豫造處，往來無端，念多邪僻，自為招患。

198 是意自造, 非父母為, 可勉向正, 為福勿回。
199 藏六如龜, 防意如城, 慧與魔戰, 勝則無患。

第十二 華香品, 十有七章

華香品者, 明學當行, 因華見實, 使偽反真。

200 孰能擇地, 舍鑒取天, 誰說法句, 如擇善華。
201 學者擇地, 舍鑒取天, 善說法句, 能采德華。
202 知世壞喻, 幻法忽有, 斷魔華敷, 不睹生死。
203 見身如沫, 幻法自然, 斷魔華敷, 不睹生死。
204 身病則萎, 若華零落, 死命來至, 如水湍驟。
205 貪欲無厭, 消散人念, 邪致之財, 為自侵欺。
206 如蜂集華, 不嬈色香, 但取味去, 仁入聚然。
207 不務觀彼, 作與不作, 常自省身, 知正不正。
208 如可意華, 色好無香, 工語如是, 不行無得。
209 如可意華, 色美且香, 工語有行, 必得其福。
210 多作寶花, 結步搖綺, 廣積德香, 所生轉好。
211 奇草芳花, 不逆風熏, 近道敷開, 德人逼香。
212 旃檀多香, 青蓮芳花, 雖曰是真, 不如戒香。
213 華香氣微, 不可謂真, 持戒之香, 到天殊勝。
214 戒具成就, 行無放逸, 定意度脫, 長離魔道。
215 如作田溝, 近于大道, 中生蓮華, 香潔可意。
216 有生死然, 凡夫處邊, 慧者樂出, 為佛弟子。

第十三 愚闇品, 二十有一章

愚闇品者, 將以開曚, 故陳其態, 欲使窺明。

217 不寐夜長, 疲倦道長, 愚生死長, 莫知正法。
218 癡意常冥, 逝如流川, 在一行疆, 獨而無偶。
219 愚人著數, 憂戚久長, 與愚居苦, 於我猶怨。
220 有子有財, 愚惟汲汲, 我且非我, 何憂子財？
221 暑當止此, 寒當止此, 愚多務慮, 莫知來變。
222 愚曚愚極, 自謂我智, 愚而勝智, 是謂極愚。
223 頑闇近智, 如瓢斟味, 雖久狎習, 猶不知法。
224 開達近智, 如舌嘗味, 雖須臾習, 即解道要。

225 愚人施行, 為身招患, 快心作惡, 自致重殃。
226 行為不善, 退見悔吝, 致涕流面, 報由宿習。
227 行為德善, 進睹歡喜, 應來受福, 喜笑悅習。
228 過罪未熟, 愚以恬惔, 至其熟處, 自受大罪。
229 愚所望處, 不謂適苦, 臨墮厄地, 乃知不善。
230 愚蠢作惡, 不能自解, 殃追自焚, 罪成熾燃。
231 愚好美食, 日月滋甚, 於十六分, 未一思法。
232 愚生念慮, 至終無利, 自招刀杖, 報有印章。
233 觀處知其愚, 不施而廣求, 所墮無道智, 往往有惡行。
234 遠道近欲者, 為食在學名, 貪猗家居故, 多取供異姓。
235 學莫墮二望, 莫作家沙門, 貪家違聖教, 為後自匱乏。
236 此行與愚同, 但令欲慢增, 利求之願異, 求道意亦異。
237 是以有識者, 出為佛弟子, 棄愛捨世習, 終不墮生死。

　　第十四 明哲品, 十有六章

　　明哲品者, 舉智行者, 修福進道, 法為明鏡。

238 深觀善惡, 心知畏忌, 畏而不犯, 終吉無憂, 故世有福, 念思紹行, 善致其願, 福祿轉勝。
239 信善作福, 積行不厭, 信知陰德, 久而必彰。
240 常避無義, 不親愚人, 思從賢友, 押附上士。
241 喜法臥安, 心悅意清, 聖人演法, 慧常樂行。
242 仁人智者, 齋戒奉道, 如星中月, 照明世間。
243 弓工調角, 水人調船, 材匠調木, 智者調身。
244 譬如厚石, 風不能移, 智者意重, 毀譽不傾。
245 譬如深淵, 澄靜清明, 慧人聞道, 心淨歡然。
246 大人體無欲, 在所照然明, 雖或遭苦樂, 不高現其智。

247
大賢無世事，不願子財國，常守戒慧道，不貪邪富貴。
248
智人知動搖，譬如沙中樹，朋友志未強，隨色染其素。
249 世皆沒淵，鮮克度岸，如或有人，欲度必奔。
250 誠貪道者，覽受正教，此近彼岸，脫死為上。
251 斷五陰法，靜思智慧，不反入淵，棄猗其明。
252 抑制情欲，絕樂無為，能自拯濟，使意為慧。
253
學取正智，意惟正道，一心受諦，不起為樂，漏盡習除，是得度世。

第十五 羅漢品，十有一章
羅漢品者，言真人性，脫欲無著，心不渝變。
254 去離憂患，脫於一切，縛結已解，冷而無暖。
255 心淨得念，無所貪樂，已度癡淵，如雁棄池。
256 量腹而食，無所藏積，心空無想，度眾行地。
257 如空中鳥，遠逝無礙，世間習盡，不復仰食。
258 虛心無患，已到脫處，譬如飛鳥，暫下輒逝。
259 制根從止，如馬調禦，舍憍慢習，為天所敬。
260 不怒如地，不動如山，真人無垢，生死世絕。
261 心已休息，言行亦正，從正解脫，寂然歸滅。
262 棄欲無著，缺三界障，望意已絕，是謂上人。
263 在聚若野，平地高岸，應真所過，莫不蒙佑。
264 彼樂空閒，眾人不能，快哉無望，無所欲求。

第十六 述千品，十有六章

述千品者，示學者徑，多而不要，不如約明。

265 雖誦千言，句義不正，不如一要，聞可滅意。
266 雖誦千言，不義何益，不如一義，聞行可度。
267 雖多誦經，不解何益，解一法句，行可得道。
268 千千為敵，一夫勝之，未若自勝，為戰中上。

269 自勝最賢，故曰人雄，護意調身，自損至終。
270 雖曰尊天，神魔梵釋，皆莫能勝，自勝之人。
271
月千反祠，終身不輟，不如須臾，一心念法，一念道福，勝彼終身。
272
雖終百歲，奉事火祠，不如須臾，供養三尊，一供養福，勝彼百年。
273
祭神以求福，從後觀其報，四分未望一，不如禮賢者。
274
能善行禮節，常敬長老者，四福自然增，色力壽而安。
275
若人壽百歲，遠正不持戒，不如生一日，守戒正意禪。
276
若人壽百歲，邪偽無有智，不如生一日，一心學正智。
277
若人壽百歲，懈怠不精進，不如生一日，勉力行精進。
278
若人壽百歲，不知成敗事，不如生一日，見微知所忌。
279
若人壽百歲，不見甘露道，不如生一日，服行甘露味。
280
若人壽百歲，不知大道義，不如生一日，學推佛法要。

第十七 惡行品，二十有二章

惡行品者，感切惡人，動有罪報，不行無患。
281 見善不從，反隨噁心，求福不正，反樂邪淫。
282 凡人為惡，不能自覺，愚癡快意，令後鬱毒。
283 歹凶人行虐，沈漸數數，快欲為人，罪報自然。
284 吉人行德，相隨積增，甘心為之，福應自然。
285 妖孽見福，其惡未熟，至其惡熟，自受罪虐。
286 禎祥見禍，其善未熟，至其善熟，必受其福。
287 擊人得擊，行怨得怨，罵人得罵，施怒得怒。

288 世人無聞，不知正法，生此壽少，何宜為惡。
289
莫輕小惡，以為無殃，水滴雖微，漸盈大器，凡罪充滿，從小積成。
290
莫輕小善，以為無福，水滴雖微，漸盈大器，凡福充滿，從纖纖積。
291 夫士為行，好之與惡，各自為身，終不敗亡。
292 好取之士，自以為可，沒取彼者，人亦沒之。
293 惡不即時，如搆牛乳，罪在陰祠，如灰覆火。
294 戲笑為惡，以作身行，號泣受報，隨行罪至。
295
作惡不覆，如兵所截，牽往乃知，已墮惡行，後受苦報，如前所習。
296 如毒摩瘡，船入洄澓。惡行流偨，靡不傷克。
297
加惡誣罔人，清白猶不汙，愚殃反自及，如塵逆風坌。
298
過失犯非惡，能追悔為善，是明照世間，如日無雲曀。
299
夫士所以行，然後身自見，為善則得善，為惡則得惡。
300
有識墮胞胎，惡者入地獄，行善上升天，無為得泥洹。
301
非空非海中，非隱山石間，莫能於此處，避免宿惡殃。
302
眾生有苦惱，不得免老死，唯有仁智者，不念人非惡。
　第十八　刀杖品，十有四章
　刀杖品者，教習慈仁，無行刀杖，賊害眾生。
303
一切皆懼死，莫不畏杖痛，恕己可為譬，勿殺勿行杖。
304
能常安群生，不加諸楚毒，現世不逢害，後世長安隱。

305 不當麤言，言當畏報，惡往禍來，刀杖歸軀。
306 出言以善，如叩鍾磬，身無論議，度世則易。
307 歐杖良善，妄讒無罪，其殃十倍，災迅無赦：
308 生受酷痛，形體毀折，自然惱病，失意恍惚，
309 人所誣咎，或縣官厄，財產耗盡，親戚離別，
310 舍宅所有，災火焚燒，死入地獄。如是為十。
311 雖□剪髮，長服草衣，沐浴踞石，奈癡結何？
312 不伐殺燒，亦不求勝，人愛天下，所適無怨。
313 世儻有人，能知慚愧，是名誘進，如策良馬。
314
如策善馬，進道能遠，人有信戒，定意精進，受道慧成，便滅眾苦。
315
自嚴以修法，滅損受淨行，杖不加群生，是沙門道人。
316
無害於天下，終身不遇害，常慈於一切，孰能與為怨？

第十九 老耗品，十有四章

老耗品者，誨人勤仂，不與命競，老悔何益。
317 何喜何笑？命常熾然，深弊幽冥，不如求錠。
318 見身形範，倚以為安，多想致病，豈知非真？
319 老則色衰，病無光澤，皮緩肌縮，死命近促。
320 身死神徒，如御棄車，肉消骨散，身何可怙？
321 身為如城，骨幹肉塗，生至老死，但藏恚慢。
322 老則形變，喻如故車，法能除苦，宜以仂學。
323 人之無聞，老若特牛，但長肌肥，無有福慧。
324 生死無聊，往來艱難，意猗貪身，生苦無端。
325 慧以見苦，是故棄身，滅意斷行，愛盡無生。
326 不修梵行，又不富財，老如白鷺，守伺空池。
327 既不守戒，又不積財，老羸氣竭，思故何逮？
328 老如秋葉，何穢鑒錄，命疾脫至，亦用後悔。
329

命欲日夜盡，及時可勸力，世間諦非常，莫惑墮冥中。
330
當學燃意燈，自練求智慧，離垢勿染汙，執燭觀道地。
　第二十　愛身品，十有三章
　愛身品者，所以勸學，終有益己，滅罪興福。
　331 自愛身者，慎護所守，悕望欲解，學正不寐。
　332 為身第一，常自勉學，利乃誨人，不倦則智。
　333 學先自正，然後正人，調身入慧，必遷為上。
　334 身不能利，安能利人，心調體正，何願不至。
　335 本我所造，後我自受，為惡自更，如剛鑽珠。
　336 人不持戒，滋蔓如藤，逞情極欲，惡行日增。
　337 惡行危身，愚以為易，善最安身，愚以為難。
　338 如真人教，以道法身，愚者嫉之，見而為惡。
339
行惡得惡，如種苦種，惡自受罪，善自受福，亦各須熟，彼不自代。
340
習善得善，亦如種甜，自利利人，益而不費。欲知利身，戒聞為最。
　341 如有自愛，欲生天上，敬樂聞法，當念佛教。
342
凡用必豫慮，勿以損所務，如是意日修，事務不失時。
343
夫治事之士，能至終成利，真見身應行，如是得所欲。
　第二十一　世俗品，十有四章
　世俗品者，說世幻夢，當舍浮華，勉修道用。
　344 如車行道，舍平大途，從邪徑敗，生折軸憂。
　345 離法如是，從非法增，愚守至死，亦有折患。
　346 順行正道，勿隨邪業，行住臥安，世世無患。
　347 萬物如泡，意如野馬，居世若幻，奈何樂此？
　348 若能斷此，伐其樹根，日夜如是，必至於定。
349

一施如信，如樂之人，或從惱意，以飯食眾，此輩日夜，不得定意。

350 世俗無眼，莫見道真，如少見明，當養善意。
351 如雁將群，避羅高翔，明人導世，度脫邪眾。
352 世皆有死，三界無安，諸天雖樂，福盡亦喪。
353 觀諸世間，無生不終，欲離生死，當行道真。
354 癡覆天下，貪令不見，邪疑卻道，苦愚從是。
355 一法脫過，謂妄語人，不免後世，靡惡不更。
356
雖多積珍寶，嵩高至於天，如是滿世間，不如見道璘。
357
不善像如善，愛如似無愛，以苦為樂像，狂夫為所致。

法句經卷下

尊者法救撰吳天竺沙門維祇難等譯

第二十二 述佛品，二十有一章

述佛品者，道佛神德，無不利度，明為世則。
358
己勝不受惡，一切勝世間，叡智廓無疆，開矇令入道。
359
決網無罣礙，愛盡無所積，佛意深無極，未踐璘令踐。
360
勇健立一心，出家日夜滅，根斷無欲意，學正念清明。
361
見諦淨無穢，已度五道淵，佛出照世間，為除眾憂苦。
362
得生人道難，生壽亦難得，世間有佛難，佛法難得聞。
363
我既無歸保，亦獨無伴侶，積一行得佛，自然通聖道。
364
船師能渡水，精進為橋梁，人以種姓繫，度者為健雄。
365
壞惡度為佛，止地為梵志，除饉為學法，斷種為弟子。
366

觀行忍第一，佛說泥洹最，舍罪作沙門，無嬈害於彼。
367
不嬈亦不惱，如戒一切持，少食捨身貪，有行幽隱處，意諦以有黠，是能奉佛教。

368 諸惡莫作，諸善奉行，自淨其意，是諸佛教。
369 佛為尊貴，斷漏無淫，諸釋中雄，一群從心。
370 快哉福報，所願皆成，敏於上寂，自致泥洹。
371 或多自歸，山川樹神，廟立圖像，祭祠求福，
372 自歸如是，非吉非上，彼不能來，度我眾苦。
373 如有自歸，佛法聖眾，道德四諦，必見正慧。
374 生死極苦，從諦得度，度世八道，斯除眾苦。
375 自歸三尊，最吉最上，唯獨有是，度一切苦。
376 士如中正，志道不慳，利哉斯人，自歸佛者。
377 明人難值，亦不比有，其所生處，族親蒙慶。
378 諸佛興快，說經道快，眾聚和快，和則常安。

第二十三　安寧品，十有四章
安寧品者，差次安危，去惡即善，快而不墮。
379 我生已安，不慍於怨，眾人有怨，我行無怨。
380 我生已安，不病於病，眾人有病，我行無病。
381 我生已安，不戚於憂，眾人有憂，我行無憂。
382 我生已安，清淨無為，以樂為食，如光音天。
383 我生已安，澹泊無事，彌薪國火，安能燒我。
384 勝則生怨，負則自鄙，去勝負心，無爭自安。
385 熱無過淫，毒無過怒，苦無過身，樂無過滅。
386 無樂小樂，小辯小慧，觀求大者，乃獲大安。
387 我為世尊，長解無憂，正度三有，獨降眾魔。
388 見聖人快，得依附快，得離愚人，為善獨快。
389 守正道快，工說法快，與世無諍，戒具常快。
390 依賢居快，如親親會，近仁智者，多聞高遠。
391 壽命鮮少，而棄世多，學當取要，令至老安。
392
諸欲得甘露，棄欲滅諦快，欲度生死苦，當服甘露味。

第二十四　好喜品，十有二章
好喜品者，禁人多喜，能不貪欲，則無憂患。
393
違道則自順，順道則自違，舍義取所好，是為順愛欲。
394
不當趣所愛，亦莫有不愛，愛之不見憂，不愛見亦憂。
395
是以莫造愛，愛憎惡所由，已除縛結者，無愛無所憎。
396 愛喜生憂，愛喜生畏，無所愛喜，何憂何畏？
397 好樂生憂，好樂生畏，無所好樂，何憂何畏？
398 貪欲生憂，貪欲生畏，解無貪欲，何憂何畏？
399 貪法戒成，至誠知慚，行身近道，為眾所愛。
400 欲態不出，思正乃語，心無貪愛，必截流渡。
401 譬人久行，從遠吉還，親厚普安，歸來歡喜。
402 好行福者，從此到彼，自受福祚，如親來喜。
403 起從聖教，禁制不善，近道見愛，離道莫親。
404 近與不近，所住者異，近道升天，不近墮獄。

第二十五　忿怒品，二十有六章
忿怒品者，見瞋恚害，寬弘慈柔，天佑人愛。
405
忿怒不見法，忿怒不知道，能除忿怒者，福喜常隨身。
406
貪淫不見法，愚癡意亦然，除淫去癡者，其福第一尊。
407 恚能自制，如止奔車，是為善御，棄冥入明。
408 忍辱勝恚，善勝不善，勝者能施，至誠勝欺。
409 不欺不怒，意不多求，如是三事，死則上天。
410 常自攝身，慈心不殺，是生天上，到彼無憂。
411 意常覺寤，明暮勤學，漏盡意解，可致泥洹。
412
人相謗毀，自古至今，既毀多言，又毀訥忍，亦毀中和，世無不毀。
413 欲意非聖，不能制中，一毀一譽，但為利名。

414 明智所譽，唯稱是賢，慧人守戒，無所譏謗。
415 如羅漢淨，莫而誣謗，諸人咨嗟，梵釋所稱。
416 常守慎身，以護瞋恚，除身惡行，進修德行。
417 常守慎言，以護瞋恚，除口惡言，誦習法言。
418 常守慎心，以護瞋恚，除心惡念，思惟念道。
419 節身慎言，守攝其心，捨恚行道，忍辱最強。
420 舍恚離慢，避諸愛會，不著名色，無為滅苦。
421 起而解怒，淫生自禁，舍不明健，斯皆得安。
422 瞋斷臥安，恚滅淫憂，怒為毒本，軟意梵志，言善得譽，斷為無患。
423 同志相近，詳為作惡，後別餘恚，火自燒惱。
424 不知慚愧，無戒有怒，為怒所牽，不厭有務。
425 有力近兵，無力近軟，夫忍為上，宜常忍羸。
426 舉眾輕之，有力者忍，夫忍為上，宜常忍羸。
427 自我與彼，大畏有三，如知彼作，宜滅己中。
428 俱兩行義，我為彼教，如知彼作，宜滅己中。
429 苦智勝愚，麤言惡說，欲常勝者，於言宜默。
430 夫為惡者，怒有怒報，怒不報怒，勝彼鬥負。

第二十六 塵垢品，十有九章

塵垢品者，分別清濁，學當潔白，無行污辱。

431 生無善行，死墮惡道，往疾無間，到無資用。
432 當求智慧，以然意定，去垢勿汙，可離苦形。
433 慧人以漸，安徐稍進，洗除心垢，如工煉金。
434 惡生於心，還自壞形，如鐵生垢，反食其身。
435 不誦為言垢，不勤為家垢，不嚴為色垢，放逸為事垢。
436 慳為惠施垢，不善為行垢，今世亦後世，惡法為常垢。
437 垢中之垢，莫甚於癡，學當舍惡，比丘無垢。
438 苟生無恥，如鳥長喙，強顏耐辱，名曰穢生。

439 廉恥雖苦， 義取清白， 避辱不妄， 名曰潔生。
440 愚人好殺， 言無誠實， 不與而取， 好犯人婦。
441 逞心犯戒， 迷惑於酒， 斯人世世， 自掘身本。
442 人如覺是， 不當念惡， 愚近非法， 久自燒沒。
443 若信佈施， 欲揚名譽， 會人虛飾， 非入淨定。
444 一切斷欲， 截意根原， 晝夜守一， 必入定意。
445 著垢為塵， 從染塵漏， 不染不行， 淨而離愚。
446 見彼自侵， 常內自省， 行漏自欺， 漏盡無垢。
447
火莫熱於淫， 捷莫疾於怒， 網莫密於癡， 愛流駛乎河。
448
虛空無轍跡， 沙門無外意， 眾人盡樂惡， 唯佛淨無穢。
449
虛空無轍跡， 沙門無外意， 世間皆無常， 佛無我所有。

第二十七 奉持品， 十有七章

奉持品者， 解說道義， 法貴德行， 不用貪佾。
450 好經道者， 不競於利， 有利無利， 無欲不惑。
451 常愍好學， 正心以行， 擁懷寶慧， 是謂為道。
452 所謂智者， 不必辯言， 無恐無懼， 守善為智。
453
奉持法者， 不以多言， 雖素少聞， 身依法行， 守道不忌， 可謂奉法。
454 所謂老者， 不必年耆， 形熟發白， 蠢愚而已。
455 謂懷諦法， 順調慈仁， 明遠清潔， 是為長老。
456 所謂端政， 非色如花， 慳嫉虛飾， 言行有違。
457 謂能舍惡， 根原已斷， 慧而無恚， 是謂端政。
458 所謂沙門， 非必除髮， 妄語貪取， 有欲如凡。
459 謂能止惡， 恢廓弘道， 息心滅意， 是為沙門。
460 所謂比丘， 非時乞食， 邪行淫彼， 稱名而已。
461 謂舍罪福， 淨修梵行， 慧能破惡， 是為比丘。
462 所謂仁明， 非口不言， 用心不淨， 外順而已。
463 謂心無為， 內行清虛， 此彼寂滅， 是為仁明。

464 所謂有道，非救一物，普濟天下，無害為道。
465 戒眾不言，我行多誠，得定意者，要由閉損。
466 意解求安，莫習凡人，使結未盡，莫能得脫。

第二十八 道行品，二十有八章

道行品者，旨說大要，度脫之道，此為極妙。

467
八直最上道，四諦為法跡，不淫行之尊，施燈必得眼。
468
是道無復畏，見淨乃度世，此能壞魔兵，力行滅邪苦。
469
我已開正道，為大現異明，已聞當自行，行乃解邪縛。
470
生死非常苦，能觀見為慧，欲離一切苦，行道一切除。
471
生死非常空，能觀見為慧，欲離一切苦，但當勤行道。
472
起時當即起，莫如愚覆淵，與墮與瞻聚，計罷不進道。
473
念應念則正，念不應則邪，慧而不起邪，思正道乃成。
474
慎言守意念，身不善不行，如是三行除，佛說是得道。
475
斷樹無伐本，根在猶復生，除根乃無樹，比丘得泥洹。
476 不能斷樹，親戚相戀，貪意自縛，如犢慕乳。
477 能斷意本，生死無疆，是為近道，疾得泥洹。
478 貪淫致老，瞋恚致病，愚癡致死，除三得道。
479 釋前解後，脫中度彼，一切念滅，無復老死。
480 人營妻子，不觀病法，死命卒至，如水湍驟。
481 父子不救，余親何望，命盡怙親，如盲守燈。
482 慧解是意，可修經戒，勤行度世，一切除苦。
483 遠離諸淵，如風卻雲，已滅思想，是為知見。
484 智為世長，惔樂無為，知受正教，生死得盡。

485 知眾行空，是為慧見，罷厭世苦，從是道除。
486 知眾行苦，是為慧見，罷厭世苦，從是道除。
487 眾行非身，是為慧見，罷厭世苦，從是道除。
488 吾語汝法，愛箭為射，宜以自勖，受如來言。
489 吾為都以滅，往來生死盡，非一情以解，所演為道眼。
490 駛流澍于海，潘水漾疾滿，故為智者說，可趣服甘露。
491 前未聞法輪，轉為哀眾生，於是奉事者，禮之度三有。
492 三念可念善，三亦難不善，從念而有行，滅之為正斷。
493 三定為轉念，棄猗行無量，得三三窟除，解結可應念。
494 知以戒禁惡，思惟慧樂念，已知世成敗，息意一切解。

第二十九　廣衍品，十有四章

廣衍品者，言凡善惡，積小致大，證應章句。

495 施安雖小，其報彌大，慧從小施，受見景福。
496 施勞於人，而欲望佑，殃咎歸身，自遘廣怨。
497 已為多事，非事亦造，伎樂放逸，惡習日增。
498 精進惟行，習是捨非，修身自覺，是為正習。
499 既自解慧，又多學問，漸進普廣，油酥投水。
500 自無慧意，不好學問，凝縮狹小，酪酥投水。
501 近道名顯，如高山雪，遠道闇昧，如夜發箭。
502 為佛弟子，常寤自覺，晝夜念佛，惟法思眾。
503 為佛弟子，當寤自覺，日暮思禪，樂觀一心。
504 人當有念意，每食知自少，則是痛欲薄，節消而保壽。
505 學難舍罪難，居在家亦難，會止同利難，難難無過有。
506

比丘乞求難，何可不自勉，精進得自然，後無欲於人。
507
有信則戒成，從戒多致寶，亦從得諧偶，在所見供養。
508
一坐一處臥，一行無放恣，守一以正身，心樂居樹間。

第三十　地獄品，十有六章

地獄品者，道泥梨事，作惡受惡，罪牽不置。
509
妄語地獄近，作之言不作，二罪後俱受，是行自牽往。
510
法衣在其身，為惡不自禁，苟沒惡行者，終則墮地獄。
511
無戒受供養，理豈不自損，死啖燒鐵丸，然熱劇火炭。
512
放逸有四事，好犯他人婦，臥險非福利，毀三淫泆四。
513
不福利墮惡，畏惡畏樂寡，王法重罰加，身死入地獄。
514
譬如拔菅草，執緩則傷手，學戒不禁制，獄錄乃自賊。
515
人行為慢惰，不能除眾勞，梵行有玷缺，終不受大福。
516
常行所當行，自持必令強，遠離諸外道，莫習為塵垢。
517
為所不當為，然後致鬱毒，行善常吉順，所適無悔悋。
518
其於眾惡行，欲作若已作，是苦不可解，罪近難得避。
519
妄證求敗，行已不正，怨譖良人，以璙治士，罪縛斯人，自投於坑。
520
如備邊城，中外牢固，自守其心，非法不生，行缺致憂，令墮地獄。

521 可羞不羞，非羞反羞，生為邪見，死墮地獄。
522 可畏不畏，非畏反畏，信向邪見，死墮地獄。
523 可避不避，可就不就，玩習邪見，死墮地獄。
524 可近則近，可遠則遠，恒守正見，死墮善道。

第三十一　象喻品，十有八章

象喻品者，教人正身，為善得善，福報快焉。
525 我如象鬥，不恐中箭，常以誠信，度無戒人。
526 譬象調正，可中王乘，調為尊人，乃受誠信。
527 雖為常調，如彼新馳，亦最善象，不如自調。
528 彼不能適，人所不至，唯自調者，能到調方。
529 如象名財守，猛害難禁制，系絆不與食，而猶暴逸象。
530 沒在惡行者，恒以貪自系，其象不知厭，故數入胞胎。
531 本意為純行，及常行所安，悉舍降伏結，如鉤制象調。
532 樂道不放逸，能常自護心，是為拔身苦，如象出於嗐。
533 若得賢能伴，俱行行善悍，能伏諸所聞，至到不失意。
534 不得賢能伴，俱行行惡悍，廣斷王邑裏，寧獨不為惡。
535 甯獨行為善，不與愚為侶，獨而不為惡，如象驚自護。
536 生而有利安，伴軟和為安，命盡為福安，眾惡不犯安。
537 人家有母樂，有父斯亦樂，世有沙門樂，天下有道樂。
538 持戒終老安，信正所正善，智慧最安身，不犯惡最安。
539 如馬調軟，隨意所如，信戒精進，定法要具。
540 明行成立，忍和意定，是斷諸苦，隨意所如。

541 從是往定，如馬調禦，斷恚無漏，是受天樂。
542 不自放恣，從是多寤，羸馬比良，棄惡為賢。

第三十二 愛欲品，三十有三章

愛欲品者，賤淫恩愛，世人為此，盛生災害。

543 心放在淫行，欲愛增枝條，分佈生熾盛，超躍貪果猴。
544 以為愛忍苦，貪欲著世間，憂患日夜長，莚如蔓草生。
545 人為恩愛惑，不能舍情欲，如是憂愛多，潺潺盈于池。
546 夫所以憂悲，世間苦非一，但為緣愛有，離愛則無憂。
547 己意安棄憂，無愛何有世？不憂不染求，不愛焉得安。
548 有憂以死時，為致親屬多，涉憂之長塗，愛苦常墮危。
549 為道行者，不與欲會，先誅愛本，無所植根，勿如刈葦，令心複生。
550 如樹根深固，雖截猶複生，愛意不盡除，輒當還受苦。
551 猿猴得離樹，得脫複趣樹，眾人亦如是，出獄複入獄。
552 貪意為常流，習與憍慢並，思想猗淫欲，自覆無所見。
553 一切意流衍，愛結如葛藤，唯慧分別見，能斷意根原。
554 夫從愛潤澤，思想為滋蔓，愛欲深無底，老死是用增。
555 所生枝不絕，但用食貪欲，養怨益丘塚，愚人常汲汲。
556 雖獄有鉤鍱，慧人不謂牢，愚見妻子息，染著愛甚牢。

557
慧說愛為獄，深固難得出，是故當斷棄，不視欲能安。
558
見色心迷惑，不惟觀無常，愚以為美善，安知其非真？
559
以淫樂自裹，譬如蠶作繭，智者能斷棄，不盼除眾苦。
560
心念放逸者，見淫以為淨，恩愛意盛增，從是造獄牢。
561
覺意滅淫者，常念欲不淨，從是出邪獄，能斷老死患。
562
以欲網自蔽，以愛蓋自覆，自恣縛於獄，如魚入笱口。
563
為老死所伺，若犢求母乳，離欲滅愛璨，出網無所弊。
564
盡道除獄縛，一切此彼解，已得度邊行，是為大智士。
565
勿親遠法人，亦勿為愛染，不斷三世者，會複墮邊行。
566
若覺一切法，能不著諸法，一切愛意解，是為通聖意。
567
眾施經施勝，眾味道味勝，眾樂法樂勝，愛盡勝眾苦。
568
愚以貪自縛，不求度彼岸，貪為敗處故，害人亦自害。
569
愛欲意為田，淫怨癡為種，故施度世者，得福無有量。
570
伴少而貨多，商人怵惕懼，嗜欲賊害命，故慧不貪欲。
571
心可則為欲，何必獨五欲，違可絕五欲，是乃為勇士。
572
無欲無有畏，恬惔無憂患，欲除使結解，是為長出淵。
573

欲我知汝本，意以思想生，我不思想汝，則汝而不有。
574 伐樹忽休，樹生諸惡，斷樹盡株，比丘滅度。
575 夫不伐樹，少多餘親，心系於此，如犢求母。
第三十三　利養品，有二十章
利養品者，勵己防貪，見德思議，不為穢生。
576
芭蕉以實死，竹蘆實亦然，駏驉坐妊死，士以貪自喪。
577
如是貪無利，當知從癡生，愚為此害賢，首領分於地。
578 天雨七寶，欲猶無厭，樂少苦多，覺者為賢。
579 雖有天欲，慧舍無貪，樂離恩愛，為佛弟子。
580 遠道順邪，貪養比丘，止有慳意，以供彼姓。
581 勿猗此養，為家舍罪，此非至意，用用何益。
582 愚為愚計，欲慢用增，異哉失利，泥洹不同。
583 諦知是者，比丘佛子，不樂利養，閒居卻意。
584 自得不恃，不從他望，望彼比丘，不至正定。
585 夫欲安命，息心自省，不知計數，衣服飲食。
586 夫欲安命，息心自省，取得知足，守行一法。
587 夫欲安命，息心自省，如鼠藏穴，潛隱習教。
588 約利約耳，奉戒思惟，為慧所稱，清吉勿怠。
589 如有三明，解脫無漏，寡智鮮識，無所憶念。
590 其於食飲，從人得利，而有惡法，從供養嫉。
591 多結怨利，強服法衣，但望飲食，不奉佛教。
592 當知是過，養為大畏，寡取無憂，比丘釋心。
593
非食命不濟，孰能不揣食，夫立食為先，知是不宜嫉。
594 嫉先創己，然後創人，擊人得擊，是不得除。
595 寧啖燒石，吞飲洋銅，不以無戒，食人信施。
第三十四　沙門品，三十有二章
沙門品者，訓以法正，弟子受行，得道解淨。
596
端目耳鼻口，身意常守正，比丘行如是，可以免眾苦。

597
手足莫妄犯，節言順所行，常內樂定意，守一行寂然。
　598 學當守口，寡言安徐，法義為定，言必柔軟。
　599 樂法欲法，思惟安法，比丘依法，正而不費。
　600 學無求利，無愛他行，比丘好他，不得定意。
　601 比丘少取，以得無積，天人所譽，生淨無穢。
　602 比丘為慈，愛敬佛教，深入止觀，滅行乃安。
　603 一切名色，非有莫惑，不近不憂，乃為比丘。
　604 比丘扈船，中虛則輕，除淫怒癡，是為泥洹。
　605 舍五斷五，思惟五根，能分別五，乃渡河淵。
　606 禪無放逸，莫為欲亂，不吞洋銅，自惱燋形。
　607 無禪不智，無智不禪，道從禪智，得至泥洹。
　608 當學入空，靜居止意，樂獨屏處，一心觀法。
　609 常制五陰，伏意如水，清淨和悅，為甘露味。
　610 不受所有，為慧比丘，攝根知足，戒律悉持。
　611 生當行淨，求善師友，智者成人，度苦致喜。
　612 如衛師華，熟如自墮，釋淫怒癡，生死自解。
　613 正身正言，心守玄默，比丘棄世，是為受寂。
　614 當自敕身，內與心爭，護身念諦，比丘惟安。
　615 我自為我，計無有我，故當損我，調乃為賢。
　616 喜在佛教，可以多喜，至到寂寞，行滅永安。
　617 儻有少行，應佛教戒，此照世間，如日無曀。
　618
棄慢無餘憍，蓮華水生淨，學能舍此彼，知是勝於故。
　619
割愛無戀慕，不受如蓮華，比丘渡河流，勝欲明於故。
　620 截流自恃，逝心卻欲，仁不割欲，一意猶走。
　621 為之為之，必強自製，舍家而懈，意猶複染。
　622 行懈緩者，勞意弗除，非淨梵行，焉致大寶。
　623 沙門何行，如意不禁，步步著粘，但隨思走。
　624 袈裟披肩，為惡不損，惡惡行者，斯墮惡道。
　625 不調難誡，如風枯樹，作作為身，曷不精進。

626 息心非剔，慢訑無戒，舍貪思道，乃應息心。
627 息心非剔，放逸無信，能滅眾苦，為上沙門。
第三十五 梵志品，有四十章
梵志品者，言行清白，理學無穢，可稱道士。
628 截流而渡，無欲如梵，知行已盡，是謂梵志。
629 以無二法，清淨渡淵，諸欲結解，是謂梵志。
630 適彼無彼，彼彼已空，舍離貪淫，是謂梵志。
631 思惟無垢，所行不漏，上求不起，是謂梵志。
632
日照於晝，月照於夜，甲兵照軍，禪照道人，佛出天下，照一切冥。
633
非剃為沙門，稱吉為梵志，謂能舍眾惡，是則為道人。
634
出惡為梵志，入正為沙門，棄我眾穢行，是則為舍家。
635 若猗於愛，心無所著，已舍已正，是滅眾苦。
636 身口與意，淨無過失，能舍三行，是謂梵志。
637 若心曉了，佛所說法，觀心自歸，淨于為水。
638 非蔟結髮，名為梵志，誠行法行，清白則賢。
639 飾髮無慧，草衣何施，內不離著，外舍何益？
640 被服弊惡，躬承法行，閒居思惟，是謂梵志。
641 佛不教彼，贊己自稱，如諦不妄，乃為梵志。
642 絕諸可欲，不淫其志，委棄欲數，是謂梵志。
643 斷生死河，能忍起度，自覺出塹，是謂梵志。
644 見罵見擊，默受不怒，有忍辱力，是謂梵志。
645 若見侵欺，但念守戒，端身自調，是謂梵志。
646 心棄惡法，如蛇脫皮，不為欲汙，是謂梵志。
647 覺生為苦，從是滅意，能下重擔，是謂梵志。
648 解微妙慧，辯道不道，體行上義，是謂梵志。
649 棄捐家居，無家之畏，少求寡欲，是謂梵志。
650 棄放活生，無賊害心，無所嬈惱，是謂梵志。
651 避爭不爭，犯而不慍，惡來善待，是謂梵志。

652 去淫怒癡，憍慢諸惡，如蛇脫皮，是謂梵志。
653 斷絕世事，口無麤言，八道審諦，是謂梵志。
654 所施善惡，修短巨細，無取無捨，是謂梵志。
655 今世行淨，後世無穢，無習無捨，是謂梵志。
656 棄身無猗，不誦異行，行甘露滅，是謂梵志。
657 於罪與福，兩行永除，無憂無塵，是謂梵志。
658 心喜無垢，如月盛滿，謗毀已除，是謂梵志。
659
見癡往來，墮塹受苦，欲單渡岸，不好他語，唯滅不起，是謂梵志。
660 已斷恩愛，離家無欲，愛有已盡，是謂梵志。
661 離人聚處，不墮天聚，諸聚不歸，是謂梵志。
662 棄樂無樂，滅無熅燸，健違諸世，是謂梵志。
663 所生已訖，死無所趣，覺安無依，是謂梵志。
664 已度五道，莫知所墮，習盡無餘，是謂梵志。
665 於前於後，乃中無有，無操無捨，是謂梵志。
666 最雄最勇，能自解度，覺意不動，是謂梵志。
667
自知宿命，本所更來，得要生盡，叡通道玄，明如能默，是謂梵志。

第三十六 泥洹品，三十有五章
泥洹品者，敘道大歸，恬惔寂滅，度生死畏。
668
忍為最自守，泥洹佛稱上，舍家不犯戒，息心無所害。
669 無病最利，知足最富，厚為最友，泥洹最快。
670 饑為大病，行為最苦，已諦知此，泥洹最樂。
671 少往善道，趣惡道多，如諦知此，泥洹最安。
672 從因生善，從因墮惡，由因泥洹，所緣亦然。
673 麋鹿依野，鳥依虛空，法歸分別，真人歸滅。
674 始無如不，始不如無，是為無得，亦無有思。
675
心難見習可睹，覺欲者乃具見，無所樂為苦際，在愛欲為增痛。
676
明不清淨能禦，無所近為苦際，見有見聞有聞，念有念識有識。
677
睹無著亦無識，一切舍為得際，除身想滅痛行，識已盡為苦竟。
678
猗則動虛則靜，動非近非有樂，樂無近為得寂，寂已寂已往來。
679
來往絕無生死，生死斷無此彼，此彼斷為兩滅，滅無餘為苦除。
680
比丘有世生，有有有作行，有無生無有，無作無所行。
681
夫唯無念者，為能得自致，無生無複有，無作無行處。
682
生有作行者，是為不得要，若已解不生，不有不作行。
683
則生有得要，從生有已起，作行致死生，為開為法果。
684
從食因緣有，從食致憂樂，而此要滅者，無複念行瑧。
685
諸苦法已盡，行滅湛然安，比丘吾已知，無複諸入地。
686
無有虛空入，無諸入用入，無想不想入，無今世後世。
687
亦無日月想，無往無所懸，我已無往反，不去而不來。
688
不沒不復生，是際為泥洹，如是像無像，苦樂為以解。
689
所見不復恐，無言言無疑，斷有之射箭，遘愚無所猗，是爲第一快，　此道寂無上。
690
受辱心如地，　行忍如門閾，　淨如水無垢，　生盡無彼受。
691
利勝不足恃，　雖勝猶複苦，　當自求法勝，　已勝無所生。
692
畢故不造新，　厭胎無淫行，　種燋不復生，　意盡如火滅。
693
胞胎爲穢海，　何爲樂淫行？　雖上有善處，　皆莫如泥洹。
694
悉知一切斷，　不復著世間，　都棄如滅度，　眾道中斯勝。
695
佛以現諦法，　智勇能奉持，　行淨無瑕穢，　自知度世安。
696
道務先遠欲，　早服佛教戒，　滅惡極惡際，　易如鳥逝空。
697
若已解法句，　至心體道行，　是度生死岸，　苦盡而無患。
698
道法無親㴱，　正不問羸強，　要在無識想，　結解爲清淨。
699
上智饜腐身，　危脆非實眞，　苦多而樂少，　九孔無一淨。
700
慧以危貿安，　棄猗脫眾難，　形腐銷爲沫，　慧見舍不貪。
701
觀身爲苦器，　生老病死痛，　棄垢行清淨，　可以獲大安。
702
依慧以卻邪，　不受漏得盡，　行淨致度世，　天人莫不禮。

第三十七　生死品，十有八章

生死品者，說諸人魂，靈亡神在，隨行轉生。

命如果待熟，　常恐會零落，　已生皆有苦，　孰能致不死？
703
從初樂恩愛，　因淫入胎影，　受形命如電，　晝夜流難止。
704

705
是身為死物，精神無形法，假令死複生，罪福不敗亡。
706
終始非一世，從癡愛久長，自此受苦樂，身死神不喪。
707
身四大為色，識四陰曰名，其情十八種，所緣起十二。
708
神止凡九處，生死不斷滅，世間愚不聞，蔽闇無天眼。
709
自塗以三垢，無目意妄見，謂死如生時，或謂死斷滅。
710
識神造三界，善不善五處，陰行而默到，所往如回應。
711
欲色不色有，一切因宿行，如種隨本像，自然報如意。
712
神以身為名，如火隨形字，著燭為燭火，隨炭草糞薪。
713
心法起則起，法滅而則滅，興衰如雨雹，轉轉不自識。
714
識神走五道，無一處不更，捨身複受身，如輪轉著地。
715
如人一身居，去其故室中，神以形為廬，形壞神不亡。
716精神居形軀，猶雀藏器中，器破雀飛去，身壞神逝生。
717
性癡淨常想，樂身想癡想，嫌望非上要，佛說是不明。
718
一本二展轉，三垢五彌廣，諸海十三事，淵銷越度歡。
719
三事斷絕時，知身無所直，命氣熅暖識，捨身而轉逝。
720
當其死臥地，猶草無所知，觀其狀如是，但幻而愚貪。
　第三十八　道利品，二十章

道利品者，君父師行，開示善道，率之以正。
721
人知奉其上，君父師道士，信戒施聞慧，終吉所生安。
722
宿命有福慶，生世為人尊，以道安天下，奉法莫不從。
723
王為臣民長，常以慈愛下，身率以法戒，示之以休咎。
724
處安不忘危，慮明福轉厚，福德之反報，不問尊以卑。
725
夫為世間將，修正不阿撩，心調勝諸惡，如是為法王。
726
見正能施惠，仁愛好利人，既利以平均，如是眾附親。
727
如牛厲渡水，導正從亦正，奉法心不邪，如是眾普安。
728
勿妄嬈神象，以招苦痛患，惡意為自然，終不至善方。
729
戒德可恃怙，福報常隨己，見法為人長，終遠三惡道。
730
戒慎除苦畏，福德三界尊，鬼龍邪毒害，不犯持戒人。
731
無義不誠信，欺妄好鬥諍，當知遠離此，近愚興罪多。
732
仁賢言誠信，多聞戒行具，當知親附此，近智誠善多。
733
善言不守戒，志亂無善行，雖身處潛隱，是為非學法。
734
美說正為上，法說為第二，愛說可彼三，誠說不欺四。
735
無便獲利刃，自以克其身，愚學好妄說，行牽受幸戾。
736
貪淫瞋恚癡，是三非善本，身以斯自害，報由癡愛生。

737
有福為天人, 非法受惡形, 聖人明獨見, 常善承佛令。
738
戒德後世業, 以作福追身, 天人稱譽善, 心正無不安。
739
為惡不念止, 日縛不自悔, 命逝如川流, 是恐宜守戒。
740
今我上體首, 白生為被盜, 已有天使召, 時正宜出家。

第三十九 吉祥品, 十有八章

吉祥品者, 修己之術, 去惡就善, 終厚景福。

741
佛尊過諸天, 如來常現義, 有梵志道士, 來問何吉祥。
742
於是佛潛傷, 為說真有要, 已信樂正法, 是為最吉祥。
743
若不從天人, 希望求僥倖, 亦不禱祠神, 是為最吉祥。
744
友賢擇善居, 常先為福德, 敕身從真正, 是為最吉祥。
745
去惡從就善, 避酒知自節, 不淫於女色, 是為最吉祥。
746
多聞如戒行, 法律精進學, 修已無所爭, 是為最吉祥。
747
居孝事父母, 治家養妻子, 不為空之行, 是為最吉祥。
748
不慢不自大, 知足念反復, 以時誦習經, 是為最吉祥。
749
所聞常以忍, 樂欲見沙門, 每講輒聽受, 是為最吉祥。
750
持齋修梵行, 常欲見賢聖, 依附明智者, 是為最吉祥。
751
以信有道德, 正意向無疑, 欲脫三惡道, 是為最吉祥。
752

等心行佈施, 奉諸得道者, 亦敬諸天人, 是為最吉祥。
　753
常欲離貪欲, 愚癡瞋恚意, 能習誠道見, 是為最吉祥。
　754
若以棄非務, 能勤修道用, 常事於可事, 是為最吉祥。
　755
一切為天下, 建立大慈意, 修仁安眾生, 是為最吉祥。
　756
欲求吉祥福, 當信敬於佛, 欲求吉祥福, 當聞法句義,
　757欲求吉祥福, 當供養眾僧, 戒具清淨者, 是為最吉祥。
　758
智者居世間, 常習吉祥行, 自致成慧見, 是為最吉祥。
759
梵志聞佛教, 心中大歡喜, 即前禮佛足, 歸命佛法眾。

TÁC GIẢ

Thích Đồng Ngộ, trụ trì chùa Phú Phương, thôn 12, xã Quế Phú, huyện Quế Sơn, tỉnh Quảng Nam.
Trưởng bản hoằng pháp huyện Quế Sơn.
Thành viên hội đồng phiên dịch Đại Tạng Kinh Việt Nam.
Tác phẩm đã xuất bản: Giác Hổ Tập, Phật Tổ Lịch Đại Thông Tải…

Thích Nguyên Hùng
Thành viên hội đồng phiên dịch, san định Đại Tạng Kinh Việt Nam.
Tác phẩm đã xuất bản: Tổng quan bốn bộ A-hàm, Tâm không vướng bận, Pháp môn niệm Phật, Kinh Đại Bát Nê Hoàn, và nhiều công trình nghiên cứu Phật học đã xuất bản trên nguyệt san Giác Ngộ…

KINH PHÁP CÚ BẮC TRUYỀN

www.ingramcontent.com/pod-product-compliance
Lightning Source LLC
LaVergne TN
LVHW091324291224
800126LV00036B/250